உள்ளம் கவர் கள்வன்

கி. வா. ஜகந்நாதன்

Title: Ullam Kavar Kalvan

Author: Ki. Va. Jagannathan

Language: Tamil

First Published on: 1953

Year of Publication: 2025

Book Format: Paperback

*Page Size: 6inch * 9inch*

Category: Religious

Subject: Religious Essays

No. of pages: 78

ISBN: 978-81-999349-4-8

Published by: Nilan Publishers, Madurai, Tamilnadu, India

பொருளடக்கம்

குறிப்புகளுக்காக

முகவுரை

சிவபெருமானுடைய புகழைச் சொல்லும் சைவத் திருமுறைகள் பன்னிரண்டு. இந்தப் பன்னிரண்டு திருமுறைகளில் முதல் ஏழும் தேவாரம் என்னும் பெயரை உடையவை. ஞானசம்பந்தர், திருநாவுக்கரசர், சுந்தரர் என்னும் மூவரும் பாடியவற்றைத் தேவாரம் என்று வழங்குவர். மாணிக்கவாசகர் பாடிய திருவாசகமும், திருக்கோவையாரும் எட்டாந் திருமுறை. திருவிசைப்பா, திருப்பல்லாண்டு ஒன்பதாம் திருமுறை. திருமூலர் திருமந்திரம் பத்தாம் திருமுறை. ஆலவாய் இறைவன் திருமுகப் பாசுரம் முதல் காரைக்காலம்மையார், சேரமான் பெருமாள் நாயனார் முதலிய பலர் பாடிய நூல்களின் தொகுதி பதினோராந் திருமுறை. பெரிய புராணம் பன்னிரண்டாந் திருமுறையாகும்.

முதல் இராசராச சோழன் காலத்தில் நம்பியாண்டார்நம்பி என்னும் பெரியார் பதினொரு திருமுறைகளை வகுத்தார். என்று திருமுறை கண்ட புராணம் கூறுகிறது. அம் மன்னன் காலத்துக்கு முன் தேவாரப் பதிகங்கள் முதலியன பலவாறாகப் பாடப்பெற்று வந்தன. அவற்றைக் கண்டெடுத்து ஒழுங்கு படுத்தும் தொண்டு புரிந்தவன் இராசராச சோழன்.

இந்தப் பன்னிரண்டு திருமுறைகளில் முதல் மூன்றும் திருஞானசம்பந்தமூர்த்தி நாயனார் இயற்றியவை. நான்கு முதல் ஆறாவது திருமுறைகள் வரையில் உள்ளவை திருநாவுக்கரசு நாயனார் இயற்றியவை. ஏழாவது திருமுறை சுந்தரமூர்த்தி நாயனார் அருளியது. இந்த ஏழுமே தேவாரம் என்றும் அடங்கல்முறை என்றும் வழங்கப்பெறும்.

திருமுறை என்பதற்குத் தெய்வத் தன்மையையுடைய நூல் என்பது பொருள். முறை - நூல். [“இறைநிலம் எழுதுமுன்

இளைய பாலகன், முறைவரை வேனென முயல்வ தொக்குமால்" (கந்தபுராணம், அவையடக்கம்) என்பதில் முறை என்பது நூல் என்ற பொருளில் வந்தது காண்க.]

திரு, தெய்வத் தன்மையைக் குறிக்கும் அடை. தேவாரம் என்பதற்குப் பலவிதமாகப் பொருள் கூறுவர். தெய்வத்தின்பால் உள்ள அன்பினாற் பாடப்பெற்ற பாடல் என்று சிலர் கூறுவர்; வாரம் அன்பு. தெய்வத்துக்கு ஆரம்போல் அமைந்தது என்பாரும் உளர்.

'தே என்பது தெய்வத்தைக் குறிக்கும் சொல். வாரம் என்பது இசைப்பாட்டு வகை ஒன்று. அது சொல்லொழுக்கமும் இசையொழுக்கமும் உடையதென்றும், இசைக்குரிய உருப்படிகளில் ஒன்றென்றும், தெய்வத்தைப் பாடும் பாடலென்றும், தாள அமைப்போடு கூடியதென்றும் சிலப்பதிகார உரைகளால் தெரியவருகின்றது. கடவுளை வாழ்த்தும் பாடலுக்குத் தேவபாணி என்ற பெயர் பழங் காலத்தில் வழங்கி வந்தது. அதுபோலக் கடவுளைத் துதிக்கும் இசைப்பாடலுக்குத் தேவாரம் என்ற பெயர் வந்தது.

தேவாரம் என்ற பெயர் பழங்காலத்தில் வழக்கில் இருந்ததாகத் தெரியவில்லை. சிலாசாசனங்களில் திருப்பதியம் என்று தேவாரப் பாடல்களைக் குறித்திருக்கிறார்கள். நச்சினார்க்கினியர் திருப்பாட்டு என்று சொல்வர். ஔவையார், பாடிய, "தேவர் குறளும் திருநான் மறைமுடிவும், மூவர் தமிழும்" என்னும் பாட்டில் மூவர் தமிழ் என்று கூறுகிறார். கி.பி.1060-ஆம் ஆண்டு எழுந்த கல்வெட்டு ஒன்றில் 'தேவாரத்துக்குத் திருப்பதியம் விண்ணப்பம் செய்யும் அம்பலத்தாடி திருநாவுக்கரையன்' என்ற தொடர் வருகிறது. கி.பி.1245-ஆம் ஆண்டில் எழுந்த மற்றொரு கல்வெட்டில் சீகாழியில் 'திருமுறைத் தேவாரச் செல்வன் திருமடம்' என்ற ஒருமடம் இருந்த செய்தி வருகிறது.

இக்காலத்தில் அன்பர்கள் தேவாரத்தைத் திருநெறித் தமிழ் என்று வழங்குவர். திருஞான சம்பந்தர் பாடிய முதற் பதிகத்தின் இறுதிப் பாசுரத்தில்,

"திருநெறிய தமிழ் வல்லவர்"

என்று கூறுவதை அடியொற்றி இவ்வழக்கு அமைந்தது.

திருஞானசம்பந்த சுவாமிகள் பாடிய பதிகங்கள் பதினாயிரம் என்றும், அவற்றிற் பல சிதலால் அழிந்தன என்றும் கூறுவர். இப்போது உள்ளவை 383 பதிகங்கள். அவற்றையே மூன்று திருமுறைகளாக நம்பியாண்டார் நம்பிகள் வகுத்தார். இக்காலத்தில் திருவிடைவாய் என்னும் தலத்திலே கிடைத்த கல்வெட்டில் அத்தலத்துக்குரிய திருப்பதிகம் ஒன்று இருந்தது. அது திரு முறைகளில் சேராதது. 136 பதிகங்களை முதல் திருமுறையாகவும் 122 பதிகங்களை இரண்டாவது திருமுறையாகவும், 125 பதிகங்களை மூன்றாவது திருமுறையாகவும் வகுத்திருக்கிறார்கள். இவை பண்முறையாக வகுக்கப் பெற்றவை. முதல் திருமுறையில் நட்டபாடை, தக்கராகம், பழந்தக்கராகம், தக்கேசி, குறிஞ்சி, வியாழக் குறிஞ்சி, மேகராகக் குறிஞ்சி, யாழ்மூரி என்ற பண்களில் அமைந்த திருப்பதிகங்கள் இருக்கின்றன. இந்தப் பதிகங்களின் பண்களைத் திருநீலகண்ட யாழ்பாணருடைய மரபிலே வந்த ஒரு பெண்மணியின் வாயிலாக அறிந்து நம்பியாண்டார் நம்பி அமைத்தனர்.

இயற்கையின் எழிலைக் கவிதையிலே ஓவியமாகக் காட்டி, மனித உள்ளத்திலே தோன்றும் மிக நுட்பமான உணர்ச்சியாகிய காதலை அணு அணுவாக ஆராய்ந்து, அதனால் விளையும் உள்ளத் துடிப்புகளை நன்றாகத் தெரிந்து பாடி, வீரத்தையும் கொடையையும் பாராட்டிச் சங்ககாலப் புலவர்கள் தமிழை வளர்த்தனர். அக்காலத்தில், உள்ளதை உள்ளபடியே சொல்லும் நெறி இருந்தது. சங்ககாலத்துத் தமிழே தனிச் சுவையை உடையதாக வளர்ந்தது.

காதலையும் வீரத்தையும் பாராட்டிவந்த புலவர்கள் அவ்விரண்டையுமே தலைமையாக வைத்து மற்ற உணர்ச்சிகளைப் புறக்கணிக்கத் தொடங்கினர். மனித வாழ்வுக்கு இன்றி யமையாததாகிய கடவுள் உணர்ச்சி பண்டைத் தமிழரிடத்திலே ஆழ வேரூன்றியிருந்தாலும் அது கப்பும் கிளையுமாய்ப் பரவவில்லை. இந்த நிலையில் வேற்றுச் சமயத்தினர் தம்முடைய நெறிகளைத் தமிழ்நாட்டில் புக விட்டனர். பௌத்தமும் சமணமும் தமிழ்நாட்டிலே புகுந்தன. இயற்கையாக இந்நாட்டில் வேரூன்றாத அச்சமயங்களுக்கு உறுதியான பற்றுக்கோடு கிடைக்கவில்லை. உலகியலில் உயர்ந்து நின்ற அரசரையும் அமைச்சரையும் அறிஞரையும் அந்தச் சமயத்தார் தம் வசப்படுத்தி, அந்தச் செல்வாக்கினால் தம் சமயத்தைத் தமிழ் நாட்டில் நிலைநாட்டத் தொடங்கினர். பல காலமாகத் தமிழ்நாட்டு மண்ணில் ஊறியிருப்பவை சைவமும் வைணவமுமாகும். எந்தச் சமயத்தினர் நூல் செய்தாலும் தமிழ் நாட்டு மண்ணை ஐந்திணையாகப் பகுத்து முருகனையும், காளியையும், திருமாலையும், இந்திரனையும், வருணனையும் தெய்வமாக வைத்தார்களேயன்றித் தங்கள் சமயக் கடவுளருக்கு நாட்டுத் தலைமை நல்கத் துணியவில்லை. தமிழன் வாழ்வோடு, தமிழ் மண்ணோடு, தமிழ் இலக்கண இலக்கியத்தோடு வேறு பிரிக்க முடியாமல் கலந்து கொண்டவர்கள் முருகன் முதலியோர். அந்த இயற்கை நெறியை மாற்ற வந்த சமயத்தார் பல வகையில் முயற்சிகள் செய்தனர்.

இந்த நிலையில் அதுகாறும் அமைந்து கிடந்த தமிழ்ச் சமயங்களாகிய சைவமும் வைணவமும் வீறி எழுந்தன. ஆழ்வார்களும் நாயன்மார்களும் திரு அவதாரம் செய்தார்கள். திவ்யப் பிரபந்தமும் தேவாரமும் தமிழ்நாட்டுக்குப் புதிய முறையில் கடவுள் உணர்ச்சியை ஊட்டி முறுக்கேற்றின. சங்ககாலத் தமிழில் காதலும் வீரமும் கைகோத்து ஆடின. ஆழ்வார்களும் நாயன்மார்களும் தந்த தமிழிலே சமயமும் பக்தியும் தாண்டவமாடின. தமிழ்ப் பண்பிலே பிறழாமல்,

இசையையும் தாளத்தையும் மிகுதியாக இணைத்து, அழகையும் அதனைத் தந்த தெய்வத்தையும் ஒன்றுபட வைத்து, மனித வாழ்வில் இறைவனை மறந்த நிலையின் அவலத்தையும் அவனை நினைந்து அன்பு செய்தாரது உயர்வையும் எடுத்துக் காட்டிச் சிறந்து நின்ற இந்தப் பக்தித் தமிழில் தமிழுலகம் சொக்கிப் போயிற்று. தமிழ்ச் சுவையும், கடவுளுணர்ச்சியும் தேனும் பாலும் போலக் கலந்தன. இயல் அமைதியும் இசை வளமும் மலரும் மணமும் போல ஒன்றின.

கி.பி. ஐந்தாவது நூற்றாண்டு முதல் இந்தப் பக்தித் தமிழ் மழை பொழியத் தொடங்கியது. ஞானசம்பந்தப் பெருமான் கி.பி. ஏழாம் நூற்றாண்டின் முற்பாதியிலே வாழ்ந்தவர். இவருடைய சரித்திரத்தைச் சேக்கிழார் மிக அற்புதமாகப் பெரிய புராணத்தில் பாடியிருக்கிறார்.

இளம் பிள்ளையாகிய சம்பந்தப் பெருமானுடைய பாட்டிலே இயற்கையின் எழிலெல்லாம் கொஞ்சிக் குலவி நடமிடும். இறைவனுடைய குண அழகும் கோல எழிலும் இணைந்து கூத்தாடும். "இளங்கன்று பயம் அறியாது" என்பார்கள். ஞானசம்பந்தரும் பயம் அறியாத கன்று. ஆதலின் இறைவனிடம் முறையிடுவதென்பது இவருடைய திருவாக்கில் அரிதாகவே இருக்கும்.

பன்னிரண்டு திருமுறை முழுவதையும் படித்துப் பொருளுணர்ந்து இன்புறல் மிக மிக அருமையான காரியம். எல்லாப் பாடல்களுக்கும் பொருள் தெளிவாக விளங்கும் என்று சொல்ல முடியாது. பழங்காலத்தில் திவ்யப் பிரபந்தத்துக்குச் சில பெரியார்கள் உரை வகுத்ததுபோல் திருமுறைகளுக்கும் யாரேனும் வகுத்திருந்தால் எவ்வளவு நன்றாக இருக்கும்! இப்போதுள்ள மூலத்தில் எத்தனையோ பிழைகள் இருக் கின்றன. பல பாடல்களுக்கு எத்தனைதான் மண்டையை உடைத்துக் கொண்டாலும் பொருள் விளங்கவில்லை.

என்றாலும் திருமுறைப் பாடல்கள் தமிழர் பெற்ற அரும்பெருஞ் செல்வம். அவற்றில் நயமான பாடல்களைத் தேர்ந்தெடுத்து எல்லோரும் படித்து இன்புறலாம். சில அன்பர்கள் அந்த வகையில் சில திரட்டுகளை வெளி யிட்டிருக்கிறார்கள்.

ஒவ்வொரு திருமுறையிலும் சில பாடல்களைப் பொறுக்கி அவற்றுக்கு விளக்கம் எழுதலாம் என்று எனக்குத் தோன்றியது. அவ்வாறே எழுதத் தொடங்கினேன்.

என்னுடைய ஆசிரியப்பிரானாகிய டாக்டர் ஐயரவர்கள் தேவாரத்திலும் பிற திருமுறைகளிலும் மிக்க ஈடுபாடுடையவர்கள். தேவார பாராயணத்தை விடாமல் செய்துவந்தார்கள். திரு முறைகளைப் பற்றிய குறிப்புக்கள் பலவற்றைத் தொகுத்து வைத்தார்கள். இலக்கியம், இலக்கணம், தல வரலாறு, சரித்திரம், சாத்திரம், இசை என்ற பல துறைகளில் தேவாரத்தை ஆராய்ந்து நல்ல முறையில் பதிப்பிக்கவேண்டும் என்ற விருப்பமும் அவர்களுக்கு இருந்தது. தமிழ்நாட்டின் தவக் குறைவால் அது நிறைவேறவில்லை. அவர்கள் கட்டளைப் படியே தேவாரத்தைச் சில சமயங்களில் படித்து வந்தபோது அவர்கள் பக்தி பரவசப்பட்டுக் கண்ணீர் துளும்ப மொழி தடுமாற இருந்த காட்சியை இன்று நினைத்தாலும் உள்ளம் உருகும். அப்போது பல நுட்பங்களை அவர்கள் சொன்னதுண்டு. திருவாவடுதுறையில் ஆதீன கர்த்தராக இருந்த மேலகரம் ஸ்ரீ சுப்பிரமணிய தேசிகரவர்களும், மகாவித்துவான் மீனாட்சிசுந்தரம் பிள்ளையவர்களும் அவ்வப்போது கூறிய நயங்களையும் எடுத்துச் சொல்வார்கள்.

இந்தச் சூழ்நிலையில் தமிழ் கற்றமையால் திருமுறைப் பாடல்களுக்கு விளக்கம் செய்யலாம் என்ற நினைவு ஒருபால் எழுந்தாலும், பலவகையறிவும் ஒருங்கு உடையவர்களே செய்ய அஞ்சும் இதனை நாம் செய்வதாவது என்ற அச்சமும் உடனே எழும். 'ஏதோ சில பாடல்களுக்குத்தானே விளக்கம் வரையப் போகிறோம்? எழுதிய அளவிலே பயன்படட்டுமே.

எழுத வேண்டியவற்றையெல்லாம் குறைவின்றி எழுதி நிறைவேற்றி விட்டேன் என்று யாரால்தான் சொல்லமுடியும்? நல்ல அறிவாளிகள் பின்னும் முயன்று சிறப்பாகச் செய்யட்டும். இப்போது நமக்குத் தெரிந்த அளவில் விளக்கம் கூறலாம்' என்ற எண்ணமே வென்றது. முருகன் திருவருளின் துணைகொண்டு எழுதத் தொடங்கினேன்.

இதில் முதல் திருமுறையில் உள்ள ஒன்பது பாடல்களுக்குரிய விளக்கத்தைக் காணலாம். 'சங்கநூற் காட்சிகள்' என்ற நூல் வரிசையில் பாட்டுக்கு விளக்கம் எழுதிய முறையையே பெரும்பாலும் பின்பற்றி இந்த விளக்கத்தை எழுதியிருக்கிறேன். இந்தப் புத்தகத்தில் முதற் பாட்டுக்கு விளக்கம் நீண்டுவிட்டது. ஆனாலும் அந்தப் பாட்டு மிகமிக முக்கியமானது, தலைமையானது அல்லவா?

தமிழுலகம் இந்த முயற்சியை உரமிட்டு வளர்த்து நிறைவேறச் செய்யும் என்றே நம்புகிறேன்.

கி.வா.ஜகந்நாதன்

உள்ளம் கவர் கள்வன்

சோழவள நாட்டிலே உள்ள பழம்பெருஞ் சிவஸ்தலம் சீகாழி. அங்கே வேத வேள்வித்துறை நிரம்பிய பெரியார் சிவபாத இருதயர். அவருடைய மனைவியார் பகவதியார். இருவருக்கும் இறைவன் திருவருளே உருவாக ஓர் ஆண் குழந்தை பிறந்தது. குழந்தைக்கு இறைவன் அருளால் இரண்டு ஆண்டுகள் நிறைந்து மூன்றாம் ஆண்டு நடந்து கொண்டிருந்தது.

ஒரு நாள் சிவபாத இருதயர் காலையில் நீராடும் பொருட்டுக் கோயிலைச் சார்ந்த பிரம தீர்த்தத்தை நோக்கிப் புறப்பட்டார். அவருடைய குழந்தை தானும் வருவேனென்று பிடிவாதம் செய்து அழுதான். வேறுவழி இல்லாமல் குழந்தையையும் அழைத்துக்கொண்டு நீராடச் சென்றார் சிவபாத இருதயர். திருக்குளத்தின் கரையிலே குழந்தையை உட்கார வைத்துவிட்டுக் குளத்திற்குள் இறங்கி அவர் நீராடத் தொடங்கினார். மந்திர விதிப்படியே நீராடினார். அகமருஷண ஸ்நானம் என்பது ஒருவகை. நீருக்குள்ளே மூழ்கியபடியே சில மந்திரங்களைச் சொல்ல வேண்டும். அவர் அப்படி மூழ்கி யிருக்கையில் கரையில் இருந்த குழந்தை தம் தந்தையாரைக் காணாமல் கோயிலின் சிகரத்தைப் பார்த்து, 'அம்மா! அப்பா!' என்று அழுதான். அப்போது சீகாழியில் கட்டு மலையின்மேல் கோயில் கொண்டிருக்கும் தோணியப்பர் உமாதேவியாருடன் இடப வாகனத்தில் எழுந்தருளி வந்தார். உமாதேவியார் பாலை ஒரு கிண்ணத்திற் கறந்து அதில் ஞானத்தைக் குழைத்து அழுத பிள்ளைக்கு ஊட்டினார். பின்பு இருவரும் மறைந்தனர்.

அம்மையின் திரு முலைப்பால் உண்டமையால் அந்தப் பிள்ளைக்குச் சிவஞான உணர்ச்சி உண்டாயிற்று. அவர் திருஞான சம்பந்தர் என்ற திருநாமம் பெற்றார்.

குளத்தில் நீராடிவிட்டுக் கரைக்கு வந்த சிவபாத இருதயர் தம்முடைய குழந்தையைப் பார்த்தார். வாயில் பால் வழிய நிற்பதைக் கண்டு, "யார் உனக்குப் பால் தந்தார்?" என்று அதட்டிக் கேட்டார். ஞானசம்பந்தர் ஒரு விரலால் தோணியப்பரைச் சுட்டிக் காட்டி, "தோடுடைய செவியன்" என்ற பாடலைப் பாடி, "இவரே!" என்று காட்டினார். அந்தப் பாடலே திருஞான சம்பந்தமூர்த்தி நாயனார் பாடிய முதற் பாடல். பிறகு பத்துப் பாடல்களாகப் பாடி அந்தப் பதிகத்தை நிறைவேற்றினார். தேவாரத்தின் முதல் பதிகம் அதுவே.

மூன்று ஆண்டுக் குழந்தை ஞானசம்பந்தர். அந்தக் குழந்தை மாசு மறுவற்ற தூய உள்ளம் படைத்தவர். இறைவனுடைய திருக்கோலத்தைப் பாடுகிறார். அந்தத் திருக் கோலத்தில் வேறு நிறமுள்ள பொருள்கள் பல இருந்தும் அவற்றில் இந்தக் குழந்தையின் உள்ளம் செல்லவில்லை. இறைவன் திருக் கழுத்தில் நீல நஞ்சம் இருக்கிறது; அவன் திருமுடியில் சிவந்த சடை இருக்கிறது; அங்கே பொன்னிறக் கொன்றையும் உண்டு. இப்படிப் பல நிறமுள்ள பொருள்கள் இறைவனிடம் இருந்தாலும் தூய வெண் பொருள்களிலேதான் அந்தக் குழந்தையின் கண் ஓடியது.

உலகில் உள்ள குழந்தைகளுக்கு வண்ண வண்ணமான விளையாட்டுப் பண்டங்களை வாங்கித் தருவார்கள். கண்ணைப் பறிக்கும் வண்ணப் படங்கள் உள்ள புத்தகங்களை அளிப்பார்கள். உலகியலில் பல நிறங்களோடு ஊடாடிப் பல் குணங்களைப் பெற்றுப் பல செயல்களைச் செய்ய இருக்கும் குழந்தைகளாதலின் பலவகை வண்ணங்களைக் கண்டு அவை மகிழ்ச்சி அடைகின்றன. ஆனால் இந்தக் குழந்தையோ ஞானசம்பந்தக் குழந்தை. ஞானம் தூயது; அதற்கு வெண்மை நிறந்தான் அடையாளம். குணங்கள் பலவானாலும் அவற்றை மூன்றுக்குள்ளே அடக்குவார்கள். சத்துவம், ராஜசம், தாமசம்

என்பவை அவை. இவற்றிற்கு முறையே வெண்மை, செம்மை, கருமை என்பவற்றை நிறமாகக் கூறுவார்கள். எம்பெருமாட்டி ஊட்டிய ஞானப்பால் வெண்மை நிறம்பெற்றது. அதனை உண்ட பிரான் தூய சத்துவ குணமே பெற்றார். அவர் கண்கள் இறைவன் திருக்கோலத்தில் சத்துவ குணத்தைக் காட்டும் வெண்மையையுடைய பொருள்களையே கண்டு மகிழ்ந்தன.

தந்தையார், "யார் பால் கொடுத்தார்?" என்று கேட்டார். அதற்குக் குழந்தை நேர்முகமாகப் பதில் சொல்லவில்லை. யாரோ அயலார், எந்த உறவின் முறையும் இல்லாதார், தம் குழந்தைக்குப் பால் கொடுத்துக் சென்றாரோ என்ற ஐயத்தால் சிவபாத இருதயர் கேட்டார். சம்பந்தப் பெருமான், "இறைவன் கட்டளையிட இறைவி பால் கொடுத்தாள்" என்று சொல்லியிருக்கலாம். அவர் அப்படிச் சொல்லவில்லை. "இத்தகைய திருக்கோலத்தில் வந்து என் உள்ளத்தைக் கவர்ந்த கள்வன், இதோ இந்தப் பிரமபுரமாகிய சீகாழியில் உள்ள பெருமான்" என்று சொல்கிறார். பாலைப் பற்றிய பேச்சே பாட்டில் வரவில்லை.

சம்பந்தப் பெருமான் வெறும் பாலை உண்ணவில்லை. மற்றவர்கள் தரும் பால் நாவுக்கு இனிமை தரும்; அப்பால் வயிற்றிற்குள்ளே சென்று பசியைப் போக்கும். அது உடம்புக்குப் பயனைத் தருவது. ஆனால் உமாதேவியார் தந்த பால் சிவஞானத்தை அருளியது. அது உள்ளத்தைக் கவர்ந்து அதன் வழியே உயிருக்கு இன்பந் தருவது.
மற்றவர்களெல்லாம் பலபல நெறியிலே சென்று பலபல குணமுடையவராகிப் பலபல நினைவும் பலபல உரையும் பலபல செயலும் பெற்றுப் பாசத்துக்கு உட்படுகிறவர்கள். ஞானசம்பந்தப் பெருமானேர் 'ஒரு நெறியில் வரும் ஞானத்தால்' ஒரு நெறியிலே மனம் வைத்து உணர்ந்து, இறைவன் திருநெறித் தமிழ் ஒன்றையே உரைத்து, அவனைப் பணியும் தொண்டு ஒன்றையே செய்யப் புகுந்தவர்.

ஆகவே, "எனக்குப் பால் கொடுத்ததைத்தானே நீங்கள் கேட்கிறீர்கள்?" அவன் என் உள்ளத்தையே கவர்ந்துவிட்டான்.

உலகில் யார் யாரையோ உறவினராக எண்ணியிருந்த பழைய உள்ளம் எனக்கு இப்போது இல்லை. தானே நினைத்துத் தானே இன்ப துன்ப உணர்ச்சி பெறும் உள்ளத்தை அவன் கவர்ந்து கொண்டான். இனி அந்த உள்ளம் என்னிடம் இல்லை; அவனிடம் இருக்கிறது; அவன் வசப்பட்டிருக்கிறது. அவன் அதனை எப்படியெல்லாம் இயக்குகிறானோ அப்படியெல்லாம் இயங்கும். நினைக்கச் செய்தால் நினைக்கும்; மறக்கச் செய்தால் மறக்கும். இனி ஒரு கணமும் அவனை விட்டுப் பிரியாது" என்பதையெல்லாம் உள்ளடக்கி, **"என் உள்ளம் கவர் கள்வன், பிரமாபுரம் மேவிய பெம்மான் இவன்"** என்கிறார்.

பிறரை மயக்குபவர் தம்மிடத்திலுள்ள பொருளைக் காட்டியும், குணத்தைக் காட்டியும், செயலைக் காட்டியும் அவர் உள்ளத்தைத் தம் வசமாக்குவது வழக்கம். இங்கே, இறைவன் எவற்றைக் காட்டிச் சம்பந்தக் குழந்தையின் உள்ளத்தைக் கவர்ந்தான்?

தோடு உடைய செவியைக் காட்டினான்; தான் ஏறி வந்த விடையைக் காட்டினான்; தூவெண்மதியைக் காட்டினான்; உடம்பெல்லாம் பூசிய சுடலைப் பொடியைக் காட்டினான். எல்லாம் வெண்மை நிறம் உடையவை. குழந்தை இறைவன் காட்டிய கோலத்தில் உள்ள மற்றவற்றைப் பின்னாலே நினைத்து நினைத்துப் புகழப் போகிறது; ஆனால் முதல் முதலாக நினைவுக்கு வருபவை இந்த வெண்மை நிறம் பெற்ற பொருள்களே. தூய சத்துவ குணத்தை நினைப்பிக்கும் வண்ணத்தை உடையவைகளே அப்பெருமானுடைய உள்ளத்தை முதல் முதலாகக் கொள்ளை கொண்டன.

'தோட்டை அணிந்த செவியை உடையவனாகி, இடப வாகனத்தின் மேல் ஏறிக்கொண்டு, ஒரு தூய வெள்ளிய மதியைத் திருமுடியிலே சூடி, மயானத்திலே உள்ள சுட்ட

வெண்ணீறாகிய பொடியைப் பூசிக்கொண்டு வந்து என் உள்ளத்தைக் கவர்ந்த கள்வன்-' என்று சொல்கிறார் சம்பந்தமூர்த்தி நாயனார்.

தோடு உடைய செவியன் விடைஏறிஓர்
தூவெண் மதிசூடிக்
காடு உடைய சுடலைப் பொடிபூசிஎன்
உள்ளம் கவர்கள்வன்.

முதலிலே "தோடுடைய செவியன்" என்று தொடங்கினார். இறைவனுடைய திருவருளாலே ஞானம் பெற்றார் சம்பந்தப் பெருமான். அதற்கு உரிய கருவியாக இருந்தது உமாதேவியார் கிண்ணத்திற் கறந்து ஊட்டிய பால். எனவே, உமாதேவியாரே ஞானத்தை வழங்கியவரென்று சொல்லலாம். "யார் பால் கொடுத்தார்?" என்று கேட்ட வினாவுக்கு, "இறைவன்" என்று சொல்வது முறையாகுமா? உமாதேவியாரல்லவா பால் கொடுத்தார்? ஆதலின் அவரைத்தான் சுட்டிக் காட்ட வேண்டும். ஆனால் அம்பிகை வேறு, இறைவன் வேறு அல்ல. சிவமும் சக்தியும் ஒருவரே. சிவபிரானுடைய அருளே சக்தி. ஆதலின் அவர்களைத் தனித் தனியே பிரித்துச் சொல்வது உயர்வன்று. என்றாலும் அவர்கள் வெவ்வேறு உருவுடையவர்களாகவும் தோற்றுவதனால் வேறு வேறாகப் புகழ்வதும் உண்டு. வேறு வேறாகத் தோற்றினாலும் ஒருவரே என்பதை இறைவனுடைய அர்த்தநாரீசுவரத் திருக்கோலம் நமக்கு உணர்த்துகிறது. இடப்பாகம் முழுவதும் அம்பிகையின் உருவாகவும், வலப்பாகம் முற்றும் இறைவனது உருவாகவும் அமைந்தது மாதிருக்கும் பாதியனுடைய கோலம். அக் கோலத்தில் சிவமும் சக்தியும் வேறு வேறாகத் தோன்றினாலும் இருவராக இருக்கவில்லை. ஒருவராகவே இருந்தாலும் வேறு வேறு பகுதிகளாக இருக்கின்றனர். சம்பந்தருக்குப் பால் கொடுத்த உமாதேவியார் இறைவனுடைய வாம பாகத்திலே ஒன்றுபட்டு உறைகிறார். அவரைத் தனியே பிரித்து நினைக்க மனம் வரவில்லை. ஆனாலும் அவரைத்தான் முதலில் நினைக்க வேண்டுமென்று தோன்றியது.

மாதிருக்கும் பாதியனாகிய திருக்கோலத்தில் இறைவனுடைய இடப்பாகம் அம்பிகையின் பாகம்; அந்தப் பகுதியில் இடது செவியில் தோடு இருக்கிறது. மற்றொரு பகுதியில் குழை இருக்கிறது. "தோலும் துகிலும் குழையும் சுருள்தோடும்" என்று மாணிக்க வாசகர் அந்தத் தொன்மைக் கோலத்தைப் பாடுகிறார். இறைவியைத் தனியே நினைக்காமல், இறைவனோடு ஒன்றுபட்டு நினைக்க வேண்டுமென்றால் அர்த்தநாரீசுவரருடைய வாமபாகத்தை நினைக்க வேண்டும். ஞானசம்பந்தர் அப்படித்தான் செய்கிறார். எடுத்தவுடன் 'தோடுடைய செவியன்' என்று தொடங்குகிறார். 'தோடுடைய என்றதனால் அம்பிகையை நினைத்ததாகிறது. செவியள் என்று சொல்லாமல் செவியன் என்று சொன்னதனால் அவ்வம்பிகை இறைவனோடு ஒன்றியவள் என்பதைக் கூறியதாகிறது. எனவே அம்பிகையின் பகுதியை நினைப்பதனால் நன்றியறிவும், இறைவனோடு ஒன்றாக வைத்து நினைப்பதனால் உண்மை யுணர்வும் உடையவர் என்பதைச் சம்பந்தப் பெருமான் புலப்படுத்திக் கொண்டார்.

வாம பாகத்தை நினைப்பவர் தோடுடைய செவியை நினைப்பானேன்? வேறு ஒன்றை நினைக்கலாமே!

ஞானசம்பந்தப் பெருமான் இனித் தேவாரப் பதிகங்களால் இறைவனுடைய புகழைப் பாடுவதையே தம்முடைய வாழ்க்கைப் பணியாக ஏற்றுக் கொள்ளப் போகிறார். அவ்வாறு பாடும்போது அந்தப் பாடல்கள் சென்று சேரும் இடம் செவியே அல்லவா? அதனால் அதை முதலில் பாடினார். இதைச் சேக்கிழார் பெரிய புராணத்தில் எடுத்துக்காட்டுகிறார்.

"பல்லுயிருங் களிகூரத் தம்பாடல் பரமர்பாற்
செல்லுமுறை பெறுவதற்குத் திருச்செவியைச் சிறப்பித்து"

என்று அவர் காரணம் கூறுகிறார்.

தோடு என்பது வெள்ளோலையைச் சுருட்டி அணிவது. அதனால் அதனைச் சுருள்தோடு என்றும் சொல்வார்கள். தமிழ்ப் பாடலை வெள்ளோலையில் எழுதுவது வழக்கம்.

"வெள்ளோலை, கண்பார்க்கக் கையால் எழுதானை"

என்பது ஔவையார் பாட்டு. வெண் தோடாகிய ஓலையில் எழுதிச் சார்த்துவதற்கு உரிய தேவாரத்தை வெண்ரோடு அணிந்த செவியிலே சார்த்துவது பொருத்தந்தானே?

அது மாத்திரம் அன்று. இறைவனுடைய திருக்காதில் இரண்டு கந்தருவர்கள் தோடாக இருந்து எப்போதும் இசை பாடிக்கொண்டே இருக்கிறார்களாம்.

"தோடுவார் காதன்றே தோன்றாத் துணைஐயர்
பாடுவார் ஓர்இருவர்க்கு இட்ட படைவீடே"

என்று ஒருவர் பாடுகிறார். அந்தச் செவி இசைப்பாட்டைக் கேட்பதில் விருப்பமுடையது. ஞானசம்பந்தப் பெருமான் பாடும் தேவாரப் பதிகங்கள் பண்ணோடு கலந்த இசைப் பாடல்கள். அவற்றைச் சார்த்துவதற்கு, முன்னமே இசையின் சுவைகண்ட இறைவனுடைய தோடுடைய செவியையல்லாமல் வேறு சிறந்த இடம் எது?

எந்த நூலைத் தொடங்கினாலும் மங்கல மொழியில் தொடங்குவது வழக்கம். இன்ன இன்ன சொற்கள் மங்கலமொழிகள் என்று பிற்காலத்தில் இலக்கணப் புலவர்கள் தொகுத்துக் கூறியிருக்கிறார்கள். ஞானசம்பந்தர் அருளிய தேவாரப் பனுவலின் தொடக்கம் "தோடுடைய செவியன்" என்று வரும் திருப்பதிகம். இறைவன் திருவருளால் எழுந்த எல்லாமே மங்கல வாக்குத்தான். ஆதலின் ஞானசம்பந்தர் திருவாக்கில் எழுந்தது எதுவானாலும் அது மங்கல மொழியென்றே கொள்ளுவதற்குரியது. ஆயினும் அத்தகைய சமாதானத்திற்கு அவசியம் இல்லாமலே தோடு என்ற சொல் அமைந்திருக்கிறது. அதுவே மங்கலச் சொல்தான். பூ, சீர்,

எழுத்து, உலகம் என்று பிற்காலத்தில் தொகுத்துச் சொல்லும் மங்கலச் சொல் வரிசையிலே தோடு என்ற சொல்லைக் காண முடியாது. ஆனாலும் தோடு என்பது மங்கலச் சொல்லே.

உமாதேவியின் பாகத்தில் அமைந்தது தோடு என்பதை முன்பே பார்த்தோம். தோடு மங்கலத்தைக் காட்டும் அறிகுறி. மங்கல வாழ்வையுடைய மங்கைமாரின் மங்கல அறிகுறியாக உள்ளவை மங்கல நாண், தோடு, திலகம், மை, மலர் முதலியன. அணிவகைகளில் தோடு திருமங்கலியத்துக்கு ஒப்பாகவே கொள்ளத்தகுவது.

"நம்பா நினக்கோலம் முறையோ எனக்கால
நஞ்சுண்டு பித்துண்டு நாம்தேவர் என்பார் தம்பாவை
யர்க்கன்று காதோலை பாலித்த
தயவாளர்"

(மதுரைக் கலம்பகம், 29)

என்ற குமரகுருபர முனிவருடைய வாக்கையும், அதற்கு டாக்டர் ஐயரவர்கள், 'காதோலை மாங்கலியம் போன்ற சிறப்புடையது; அதனைப் பாலித்தலாவது அவர்களுடைய மங்கலம் கெடாமல் நிலவும்படி நிறுத்துதல்' என்று எழுதிய குறிப்புரையையும் இங்கே பொருத்திப் பார்க்கவேண்டும்.

நித்திய சுமங்கலையாகிய அம்பிகையின் மங்கலத்துக்கு அறிகுறியாக அப்பெருமாட்டியின் திருச் செவியில் இருப்பது தோடு. அந்த மங்கல அணியைச் சொல்லும் மொழியும் மங்கல முடையதுதானே? எனவே, உலகத்துக்கு மங்கலம் செய்ய எழுந்த சம்பந்தப் பெருமானது திருவாக்கு, 'தோடு' என்ற மங்கல மொழியை முதலிலே உடையதாக எழுந்தது என்றே கொள்ள வேண்டும்.

தேவாரம் வேதம் போன்றது. அதைத் தமிழ் வேதம் என்றே கூறுவர். வடமொழி வேதம் எழுதாக்கிளவி. தமிழ் வேதமாகிய தேவாரம் எழுதும் மறை. வேதத்தைப் போன்ற சிறப்புடைய தேவாரப் பாடல்களில் வேதத்திலுள்ள சாரமான

கருத்துக்கள் அமைந்திருக்கின்றன. வேதம் ஓம் என்று பிரணவத்துடன் தொடங்குகிறது. தமிழ் வேதமாகிய தேவாரம் ஓம் என்று தொடங்கவில்லை. ஆயினும் ஓம் என்ற எழுத்தின் பெரும் பகுதியாகிய ஓ என்ற எழுத்தோடு தொடங்குகிறது. மந்திரத்தை மறைத்துச் சொல்வது வழக்கம். இங்கு இந்த ஓ என்ற மந்திரத்தை வேறு ஓர் எழுத்தோடு சேர்த்து வைத்தார் ஞானசம்பந்தர். மிகவும் நுட்பமான பொருளை ஏதேனும் ஒரு கருவியால் எடுப்பார்கள். நுட்பமான பொருளையுடைய ஓங்காரத்தைத் தகர மெய்யோடு சார்த்தி, தோ என்ற எழுத்தை முதலில் வைத்து, "தோடு" என்று தமிழ் வேதத்தைத் தொடங்கினார் சம்பந்தர். இதையும் சேக்கிழார் சொல்லுகிறார்.

"எல்லையிலா மறைமுதல்மெய் யுடன்எடுத்த எழுதுமறை
மல்லல்நெடுந் தமிழால்இம் மாநிலத்தோர்க் குரைசிறப்ப"

என்பது அவர் சொல்லும் விளக்கம். 'எல்லையில்லாத மறையின் முதல் எழுத்தை ஒரு மெய்யெழுத்தோடு சேர்த்து வைத்து எடுத்துக் கூறிய, எழுதுவதற்குரிய வேதமாகிய வளம் மிக்க நீண்ட தமிழால் இந்த மாநிலத்தில் உள்ளவர்களுக்குப் புகழ் சிறக்கும்படியாக' என்பது இதன்பொருள்.

மந்திரத்தை மறைத்துச் சொல்வார் தகர மெய்யோடு சேர்த்து, தோ என்று தொடங்கினார் என்பதைக் கண்டோம். அப்படி ஓவை ஒட்டுவதற்கு வேறு மெய்யைக் கொள்ளாமல் தகரத்தைக் கொண்டதற்கும் ஏதாவது காரணம் இருக்க வேண்டும் அல்லவா?[தகரம் என்பது தகராகாசத்தைக் குறிப்பது. தகராகாசத்தில் இறைவன் நடமிடுகிறான். ஆதலின் தகரத்தோடு சார்த்தினார் என்று சிலர் கூறுவதுண்டு. 'மறையவர்குலத்து மாதவப் பயனாய் அவதரித்த கௌணியர் திலகமாய காழிப் பிரானார் காயத்திரிப் பிரணவப் பிரதமாட்சரத்தைத் தமது திவ்ய சூக்தியின் தொடக்கத்தின் மங்கலமாக அமைத்தருளினார்' என்பர் டாக்டர் வி.வி.ரமண சாஸ்திரிகள் (திருமந்திரம், பாயிரஉரை.)]

தமிழ் வேதமாகிய இதைத் தொடங்குகையில் தமிழ்ப் பண்பையும் வேதப் பண்பையும் ஒன்றுபடுத்திப் பாடத் திருவுள்ளங் கொண்டார் ஞானசம்பந்தர். தமிழ் என்றே பெயரே த என்பதை முதலாக உடையது. இலக்கணத்தின்படி 'த்' என்பதுதான் முதல் எழுத்து. மெய்யை முதலாகக் கொண்டது தமிழ் என்ற சொல். ஆகவே, தமிழின் முதலாகிய த் என்பதன் மேல் வேதத்தின் முதலாகிய ஓ வை ஏற்றிச் சொன்னார். தமிழ் மொழியில் வேதக் கருத்தை அமைத்துச் சொல்ல வந்த பெருமான் அதற்கு அறிகுறியாக எடுத்த எடுப்பில் முதல் எழுத்தில் அந்தத் தன்மை புலப்படும்படி தமிழ் என்பதன் முதல் எழுத்தையும், வேதத்தின் முதலெழுத்தையும் தோ என வைத்தார் என்று சொல்வதும் பொருத்தம் அல்லவா?

'தமிழிலே வேதக் கருத்தைச் சொல்ல வந்த எழுதும் மறையாகிய தேவாரம் இறைவனுடைய திருச் செவிக்கண் சார்த்தத் தகுவது. 'அதனைப் பாடும் ஆற்றலைத் தந்தவர் இறைவனினின்றும் வேறல்லாத அம்பிகை. அவ்வம்பிகையின் வாம பாகத்தின் பகுதியாகிய திருச் செவியில் வெள்ளைத்தோடு உண்டு. அந்தத் தோடு இசைபாடுவார்க்குரிய வீடு. தமிழ் எழுதும் ஓலையாலானது' என்னும் இத்தகைய நினைவுகளை யெல்லாம் தோற்றச் செய்வது 'தோடுடைய செவியன்' என்னும் தொடர் தோடுடைய செவியனாக உள்ளவன் தோணியப்பனாகிய இறைவன். இறைவன் குணங்குறி கடந்த தன் நிலையில் இருந்தால் அவனுடைய திருவருளை யாரும் பெறமுடியாது. அவன் ஆருயிர்களிடத்தில் திருவருள் பூண்டவனாதலின் உருவமுடையவனாக எழுந்தருள்கிறான். சிவமும் சக்தியும் ஒன்றுபட்டு இருந்தால் உயிர்களுக்குப் பயன் இல்லை. இறைவனிடம் உள்ள அருள் வெளிப்படவேண்டும்; இல்லையானால் இறைவனுக்கே வேலை இல்லை.

**"சிவமெ னும்பொருளும் ஆதி சக்தியோடு
சேரின் எத்தொழிலும் வல்லதாம்;
அவன்பி ரிந்திடின் இயங்கு தற்கும் அரிதாம்"**

என்பது செளந்தரிய லகரி. ஆதலின் அருள் வெளிப்பாட்டையே இறைவன் மாதிருக்கும் பாதியனாக நின்ற திருக்கோலம் காட்டுகிறது; தோடுடைய செவியனாகுந் திருக்கோலமும் அதுதான். அருள் வெளிப்பாட்டின் முதல் தோற்றம் அது. அதன்பின் தனித் தனியே இறைவனும் இறைவியுமாக விடையின்மேல் எழுந்தருளுகிறார்கள். அப்படி வருவது அடியார்களுக்கு அருள்புரிவதன் பொருட்டேயாகும். திருஞான சம்பந்தப் பெருமானுக்கு அருள் புரிந்தபோதும்,

"பொன்மலைவல் லியுந்தாமும்
பொருவிடைமேல் எழுந்தருளி"

வந்ததாகச் சேக்கிழார் சொல்கிறார்.

அடியாரைக் காக்கும் பொருட்டு அருளைத் தாங்கி நிற்கும் பெருமானுக்கு அருள் மிகுதியானால் அடியார்கள் அவனிடம் வராவிட்டாலும் அவன் அவர்களிடம் எழுந்தருள்வான். அதற்கு ஏற்றபடி அவனுக்கு விடை வாகனமாக இருக்கிறது. அறமே விடையாக இறைவனைத் தாங்குகிறது. எல்லோருக்கும் இறைவனை வழிபடுவது அறம். அன்பர் களைப் பாதுகாத்தல் இறைவனுக்கு அறம்.

"தன்கடன் அடியேனையுந் தாங்குதல்"

என்பது அப்பர் அருள் மொழி. அடியாரைத் தாங்கும் அறமே இறைவனுக்கு வாகனமாக நிற்கிறது. அதன்மீது இறைவன் எழுந்தருள்கிறான்.

யாதொரு செயலும் இன்றி இருக்கும் இறைவனால் நமக்குப் பயன் ஒன்றும் இல்லை. அவன் தன் அருளை வெளிப்படுத்தினால்தான் பயன். பயனுள்ள இடத்தையே உள்ளம் நாடும். அருள் வெளிப்படாத பரசிவமாக இருந்தால் உள்ளம் நாடுவதில்லை. இறைவனிடம் அருள் வெளிப்பட்டது என்பதை உணரும்போது உள்ளம் அவன்பால் செல்கிறது. அருள் வெளிப்பாட்டின் முதல் தோற்றமாகிய

தோடுடைய செவியன் என்றாலே உள்ளம் அவனிடம் மயங்குகிறது. 'அருள், வெளிப்படுவது மாத்திரமன்று; அடியார்களுக்கு எளிதாய் அவர்களை நாடி வருவது' என்பதை எண்ணும்போது பின்னும் உள்ளம் ஆர்வத்தோடு நாடுகிறது. 'தோடுடைய செவியனாக உள்ளம் கவர்ந்தான்; விடையேறிவந்து பின்னும் மிகுதியாக என் உள்ளம் கவர்ந்தான்' என்று இதனையே ஞானசம்பந்தர் சொல்கிறார்.

உயிர்களையெல்லாம் பாதுகாக்கும் அருளையுடையவன் இறைவன்; அதினினும் சிறப்பாக அடியார்களைத் தானே விடையேறி நாடிச் செல்பவன் அவன். அதனையும் விடச் சிறந்த பண்பு ஒன்று அவனிடம் உண்டு. தூவெண் மதிசூடிவரும் தோற்றம் அவனுடைய கருணையின் உச்ச நிலையைக் காட்டுகிறது. அதை அடுத்தபடி நினைக்கிறார் சம்பந்தர்.

இறைவன் தன் திரு முடியிலே பிறையைச் சூடியிருக்கிறான். பிறைக்குக் களங்கம் இல்லை; வெண்மதி அது.

சந்திரன் தன் குருவின் மனைவியை விரும்பியவன். சிவபிரானை விலக்கிவிட்டுத் தக்கன் செய்த யாகத்துக்குப் போய்ச் சிவத்துரோகம் செய்தவன். அவனைப் போலவே இந்திரன், சூரியன் முதலிய தேவர்களும் அங்கே சென்றிருந்தார்கள். இறைவன் அவர்களுக்கெல்லாம் உரிய தண்டனையைக் கொடுத்தான். சந்திரனைக் காலாலே தேய்த்தருளினான். மற்றவர்களுக்குக் கிடைத்தது போலவே சந்திரனுக்கும் தண்டனை கிடைத்தாலும், அந்தத் தண்டனையால் இறைவனுடைய திருவடித் தொடர்பு அவனுக்கு உண்டாயிற்று. கோபத்தால் இறைவன் தேய்த்தாலும் திருவடிக் கீழ்ப்பட்ட சிறப்பால் சந்திரனுக்குத் தவத்தால் கிடைக்கும் பயன் கிடைத்தது. இறைவனுடைய தலைமேல் ஏறிக்கொண்டான். கோபத்தால் குழந்தை கற்கண்டை வீசி எறிகிறது. அதை ஒருவன் பொறுக்கித் தின்றால் அதில் இனிப்பு இல்லாமல் போய்விடுமோ? இறைவனுடைய திருவடி சம்பந்தம் பெற்றமையால் மதிக்கு

இருந்த குறைகள் நீங்கின. என்ன தவறு செய்திருந்தாலும் தன் திருவடியின் தொடர்பு பெற்றால் உயர்ந்த நிலையை அடையலாம் என்ற உண்மையை இதனால் இறைவன் புலப்படுத்தினான். தன்னை அன்பு செய்து வழிபட்டாருக்கு அருள்வதைவிடத் தன்னை அவமதித்தவனுக்கு அருள் செய்வது பெரிய கருணை. இதை நினைக்கும்போது உள்ளம் உருகுகிறது. மதி சூடியாக நின்று, அதனால் தன் சிறந்த கருணையைப் புலப்படுத்தி, அன்பர்களின் உள்ளத்தைக் கவர்கிறான்.

இறைவன் உயிர்களுக்கு அருள் செய்யும் பொருட்டுத் தோடுடைய செவியனாகத் தோற்றுகிறான்; அடியார்களுக்கு அருள் செய்ய விடையேறி வருகிறான்; அபராதம் செய்தவராயினும் அடியடைந்தால் பழம்பிழை பொறுத்து அருள் செய்ய மதிசூடி வருகிறான்.

எல்லா உயிர்களுக்கும் இறைவன் தந்தை. பக்குவ ஆன்மாக்களுக்கு மாத்திரம் தந்தை, மற்றவர்களுக்குத் தந்தை அல்ல என்று சொல்ல முடியாது. எல்லா உயிர்களுக்கும் தனு கரண புவன போகங்களை உதவி வாழச்செய்கிறான்.

ஆனால் சில உயிர்களே நன்னெறியில் நின்று அவனை நாடிச் செல்கின்றன. ஒரு தாய் தன்னுடைய குழந்தைகளைப் பாதுகாக்கும் வகையில் நல்ல பிள்ளைகளுக்குச் சிறப்பான ஆடையணிகளை அணிகிறாள். கெட்ட பிள்ளைகளை ஒறுக்கிறாள். எல்லாப் பிள்ளைகளுக்கும் சோறு ஊட்டுகிறாள். நோயுடைய குழந்தைகளுக்குச் சோறு ஊட்டாமல் மருந்து தருகிறாள். இரவு வந்தால் எல்லாக் குழந்தைகளையும் தாலாட்டித் தூங்கப் பண்ணுகிறாள். உணவு, உடை, அணி ஆகியவற்றில் அந்த அந்தக் குழந்தைகளின் நிலைக்கு ஏற்றபடி வேறுபாடு காட்டி அரவணைக்கிறாள். ஆனால் உறங்கச் செய்யும்போது இந்த வேறுபாடு இருப்பதில்லை. எல்லோரையும் உறங்கச் செய்கிறாள். குழந்தைகளெல்லாம் உறங்கும்போது தான் மாத்திரம் உறங்காமல் இருக்கிறாள். அப்படியே இறைவன் உயிர்களின் நல்வினை தீவினைகளுக்கு

ஏற்றபடி அவ்வுயிர்களுக்குப் போகங்களைக் கூட்டுவிக்கிறான். பிரளய காலத்தில் எல்லோரையும் தன் அடிக்கீழ் அடக்கிக் கொள்கிறான். ஒவ்வொரு பிராணியும் மரிக்கிறது. அதற்குச் சுடுகாடு உண்டு. உடலெடுத்த எல்லா உயிர்களும் ஒருங்கே மரிக்கும் காலம் பிரளயம். அப்போது எல்லா இடமும் மகா மயானம் ஆகிவிடும். அந்த மகா மயானத்தில் எல்லா உயிர்களும் அடங்கி நிற்கும்போது எல்லாவற்றையும் சுட்டெரித்து நிற்கும் இறைவன், அந்தச் சுட்ட நீற்றைத் தன் திருமேனியிலே பூசிக்கொண்டு ஆடுகிறான். தன் குழந்தைகளுக்குள் வேறுபாடு இன்றி எல்லோரையும் தூங்கும்போது தனித்து நின்று களிக்கும் தாய்போல, இறைவன் ஆனந்தத் தாண்டவம் ஆடுகிறான். தன் குழந்தைகளுக்கு ஓய்வு கொடுத்ததனால் உண்டான ஆனந்தத்தால் ஆடுகிறான். தன் திருமேனி முழுதும் சுடுகாட்டிலே உள்ள சுட்ட சாம்பலை அணிந்து ஆடுகிறான். எல்லாம் ஒடுங்கின விடத்துத் தான் ஒருவனே சர்வ சக்திமானாக நின்று நடம் செய்கிறான். எல்லா உயிர்களுக்கும் ஓய்வு தருகின்றானே; அவனுக்கு எத்தனை கருணை இருக்க வேண்டும் அதை நினைக்கையில் உள்ளம் நைகிறது. காடுடைய சுடலைப் பொடி பூசி ஆடும் திருக்கோலத்தைக் காட்டி உள்ளம் கவரும் பெருமான் இறைவன்.

தோடுடைய செவியனாகி, விடை ஏறி, ஓர் தூவெண்மதி சூடி, காடுடைய சுடலைப் பொடி பூசி வரும் பெருமானது கோலத்தின் உண்மையை நினைக்கும்போது உள்ளம் மயங்கி உருகுகிறது, சம்பந்தப் பெருமானுக்கு. அவனுடைய பேரருட் சிறப்பையே இந்த நிலைகள் யாவும் காட்டுவதனால் அத்தகைய கவர்ச்சி உண்டாகிறது. ஆதலின், 'என் உள்ளம் கவர் கள்வன்' என்றார்.

கள்வன் என்று இறைவனைக் கூறுகிறார் சம்பந்தர். யஜுர் வேதத்தில் இறைவனுடைய புகழைக் கூறுவதும் பஞ்சாட் சரத்தைத் தன் நடுவிலே பெற்றதுமாகிய ருத்திரம் இறைவனைக் கள்வர் தலைவனென்று கூறும். கள்வன் பிறர் அறியாவாறு தன் தொழிலைப் புரிபவன்; தன்னை மறைத்துக்

கொள்பவன். இறைவனும் சம்பந்தப் பெருமானை ஆட்கொண்டது பிறர் அறியா வகையில்தான். அவன் உருவைப் பிறர் காணல் இயலாது. ஒரு பொருளை உடையாரிடம் முன்னே சொல்லாமலே அப்பொருளைக் கவர்வது கள்வன் தொழில். இங்கும் சம்பந்தப் பெருமானுடைய உள்ளத்தை அவர் எதிர்பாராமலே கவர்ந்து கொண்டவன் இறைவன். இந்தப் பாடலை முதலாகவுடைய திருப்பதிகத்தில் கடை காப்பு ஒழிந்த பத்துப் பாடல்களிலும் 'என் உள்ளங் கவர் கள்வன்' என்று பாடுகிறார் தமிழ் விரகர்.

இவ்வாறு உள்ளத்தைக் கவர்ந்த கள்வன் யார்? அவன் பிரமபுரம் மேவிய பெம்மானாகிய இவன் என்று சொல்ல வருகிறார். பிரமபுரம் என்பது சீகாழிக்கு ஒரு பெயர். பிரமன் இங்கே இறைவனை வழிபட்டுப் பேறு பெற்றான். அதனால் இது பிரமபுரம் ஆயிற்று. இந்தச் செய்தியைக் குறிப்பிடுகிறார் ஆளுடைய பிள்ளையார். 'நல்ல அழகிய இதழ்களையுடைய தாமரை மலரில் இருக்கிற பிரமதேவன் பிரளய காலத்துக்குப் பிறகு உலகத்தைப் படைக்க எண்ணினான். அப்போது இங்கே வந்து பணிந்து துதித்துப் படைப்புக்குரிய ஆணையைப் பெறவேண்டி நிற்க, அது கண்டு திருவுளம் மகிழ்ந்த இறைவன் அவனுக்கு அருள் செய்தான். அவ்வாறு அருள் பாலித்த சிறப்பைப் பெற்ற பிரமபுரத்தில் விரும்பி எழுந்தருளியிருக்கும் பெருமானாகிய இவன்' என்று சொல்கிறார் சம்பந்தர்.

ஏடுடைய மலரான் முனைநாள்பணிந்து
ஏத்த அருள்செய்த
பீடுடைய பிரமாபுரம் மேவிய
பெம்மான் இவன் அன்றே.

வெள்ளைப் பொருளையெல்லாம் நினைத்த குழந்தைப் பிரான் வெள்ளைத் தாமரையை இங்கே நினைத்தார்.

உலகமெல்லாம் பிரளயத்தால் அழிந்தபோது சீகாழி என்னும் தலம் மாத்திரம் அப்பிரளயத்தில் மூழ்காமல் தோணி போல

மிதக்க, அதன்கண் இறைவன் எழுந்தருளியிருந்தான். அதனால் இத் தலத்துக்குத் தோணிபுரம் என்ற திருநாமமும், இறைவனுக்குத் தோணியப்பர் என்ற திருநாமமும் உண்டாயின. பிரளயம் நீங்கினபின் இறைவன் பிரமனைத் திருமால் மூலம் உண்டாக்கினான். பிரமன் இத்தலத்துக்கு வந்து இறைவனை வணங்கி அருள் பெற்றுத் தன் படைப்பினைத் தொடங்கினான். இது இத் தலத்து வரலாறு.

திருமாலின் உந்திக் கமலத்தில் தோன்றினவுடனே, "எப்படி உலகத்தைப் படைப்பது ?" என்ற கவலை பிரமனுக்கு உண்டாயிற்று. உடனே தோணிபுரம் வந்தான். ஆதலின் 'ஏடுடைய மலரான்' என்று குறிப்பித்தார். மிகப் பழங்காலத்துச் செய்தி இது; ஆதலின் முனைநாள் என்றார். முன்னை என்பது முனை என இடைக்குறையாக நின்றது. இறைவன் திருமுன்னர் விழுந்து வணங்கியதைப் பணிந்து என்றும், இறைவன் புகழையெல்லாம் கூறித் துதித்ததை ஏத்த என்றும் புலப்படுத்தினார். இறைவன், "இனி நீ நன்றாகப் படைப்புத் தொழிலைச் செய்து வருக" என்று ஆணை தந்ததையே, 'அருள் செய்த' என்றார். எல்லா இடங்களும் அழிந்தபோதும் தான் மட்டும் அழியாமல் இருந்த இறுதி இடமே, இடங்களும் தோற்றும்போது முதலில் எண்ணுவதற்குரியது. எல்லாப் படைப்புக்கும் மூலமான அருளைப் பெற வைத்த பெருமை சிறந்ததாதலின் அதனை நினைந்து 'பீடுடைய பிரமாபுரம்' என்றார். பிரமபுரம் என்பதே இசைப் பாவுக்கு ஏற்றபடி பிரமாபுரம் என நீண்டது. சம்பந்தப் பெருமானுடைய பாட்டினால் பிரமபுரம் தன் பெயரிலும் புகழிலும் நீண்டது. மேவுதல் என்பதற்கு விரும்புதல் என்றும் தங்குதல் என்றும் இரு பொருள் உண்டு. இங்கே அவ்விரண்டையும் சேர்த்து விரும்பித் தங்கிய என்று பொருள் கொள்ளுதல் சிறப்பாகும். பெருமான் என்பது பெம்மான் என நின்றது. இவன் என்பது அணிமைச் சுட்டு. இறைவனை அறியாதவர்கள் யாவரும் அவன் மிகமிக அணிமையில் இருந்தாலும் சேய்மை யிலுள்ளவனாகவே கருதி அவன் என்பார்கள். வேதம் முதலிய நூல்களும் அது என்றே குறிக்கும். ஆனால் இறைவனை

உணர்ந்து தம் உள்ளத்தை அவனுக்கே அளித்து அவனைத் தம்முள்ளே உணரும் ஞானப்பிரான் ஆதலின் அவ்வணிமை தோன்ற இவன் என்றார். நெஞ்சுக்கு அணியதாக இருக்கும் பொருளை இகரச் சுட்டாலே சுட்டுதல் மரபு.

அன்று, ஏ இரண்டும் அசை நிலைகள்.

தோடுடைய செவியன்விடை ஏறிஓர்
தூவெண் மதிசூடிக்
காடுடைய சுடலைப்பொடி பூசிஎன்
உள்ளம் கவர்கள்வன்
ஏடுடைய மலரான்முனை நாள்பணிந்து
ஏத்த அருள்செய்த
பீடுடைய பிரமாபுரம் மேவிய
பெம்மான் இவன்அன்றே.

[தோட்டை உடைய செவியை உடையவனாகி, இடப வாகனத்தின்மேல் ஏறி, தூய வெள்ளிய பிறையைத் தலையில் வைத்து, சுடுகாடு பெற்ற சுடுதலையுடைய திருநீற்றைப் பூசி வந்து என் உள்ளத்தைக் கவர்ந்த கள்வன் (யாரெனில்), இதழ்களையுடைய வெண்டாமரை மலரிலே தோற்றிய பிரமதேவன் முன் காலத்தில் வழிபட்டுத் துதி செய்ய, அவனுக்குத் திருவருள் பாலித்த சிறப்புடைய பிரமபுரத்தின்கண் விரும்பி எழுந்தருளிய பெருமானாகிய இவன்.

செவியன் என்பது குறிப்பு வினைமுற்று எச்சம். மதி என்பது பெரும்பாலும் முழு மதிக்கு வருவது. இங்கே தூவெண் மதி என்றதனால் பிறையாயிற்று; சூடுதல் - தலையில் அணிதல். சுடலை - சுடுதல்; காடுடைய சுடலை - காடு என்ற பெயரை உடைய சுடலை, காட்டின் தன்மையை உடைய சுடலை என்றும் பொருள் கூறலாம். பிரமாபுரம்: செய்யுள் விகாரம்.)

உலகின் தோற்றத்துக்கு மூலமான அருளை இறைவன் வழங்கிய இடம் பிரமபுரம். அத் தலமே தமிழ் மறையாகிய தேவாரம் தொடங்குவதற்கும் இடமாயிற்று. இறைவன்

திருவருள் துணைக்கொண்டு வேதத்தை எப்போதும் நான்முகன் ஓதிப் பணிபுரியும் இடத்தில் தமிழ் வேதத்தில் பாடிப் பணிபுரியும் சம்பந்தப்பிரான் அருள் பெற்றார்.

தோடுடைய செவியன் என்பதனால் உலகுயிர்த் தோற்றங் களுக்கு மூலமாகிய அருள் வெளிப்பாட்டைக் குறித்தார். இது படைப்பைப் புலப்படுத்தியது. விடையேறுதலும் மதி சூடுதலும் அறம், மறம் உடையாருக்கு முறையே இன்ப துன்ப நுகர்ச்சி தந்து பாதுகாக்கும் காப்புத் தொழிலைப் புலப்படுத்தும். சுடலைப் பொடி பூசியது சங்காரத்தைக் குறிப்பிக்கும். கவர் கள்வன் என்பது மறைப்பாகிய திரோதத்தைக் குறிக்கும். ஏத்த அருள் செய்த என்பது அநுக்கிரகத்தைக் குறிக்கும். இவ்வாறு இறைவனுக்குரியனவாகிய படைப்பு, அளிப்பு, அழிப்பு, மறைப்பு, அருளல் என்பது ஐவகைத் தொழில்களும் குறிப்பாக இப்பாடலில் சொல்லப் பெற்றன.

இது தேவாரத்தில் முதல் திருமுறையில் முதல் பதிகத்தின் முதற்பாட்டு.

இந்தப் பாட்டில் தமிழுக்கே உரிய காதல் துறையும் குறிப்பாக அமைந்துள்ளது. பாட்டுடைத் தலைவனுடைய பெயரைக் கூறியமையால் இது புறத்துறையைச் சார்ந்தது. பாடாண் திணையில் கடவுள் மாட்டு மானிடப் பெண்டிர் நயந்த பக்கம் என்னும் துறையின் பாற்படும். தலைவனுடைய பிரிவால் வேறுபட்ட தலைவியை நோக்கி, "நின் உள்ளம் கவர்ந்தவன் யார்?" என்று தோழி கேட்க, அவளுக்குத் தலைவி கூறும் கூற்றாக அமைந்தது இந்தப் பாட்டு. இறைவனாகிய காதலனிடம் ஆன்மாவாகிய காதலி கொண்ட காதலைக் குறிப்பது இது.

இந்தக் காதற் செய்தி இந்தப் பாட்டில் வெளிப்படையாக இல்லாவிட்டாலும் இந்தப் பதிகம் முழுவதும் இந்தத் தெய்வக் காதல் பற்றிய பாடல்களால் ஆனது என்பதை

இப்பதிகத்தி லுள்ள வேறு இரண்டு பாடல்கள் தெளிவாக உணர்த்தும்.

நீர்ப ரந்தநிமிர் புன்சடை மேலோர்
நிலாவெண் மதிசூடி
ஏர்ப ரந்தஇன வெள்வளை சோரஎன்
உள்ளங் கவர்கள்வன்
மறைக லந்தஒலி பாடலொ டாடலர்
ஆகி மழுஏந்தி
இறைக லந்தஇன வெள்வளை சோரஎன்
உள்ளங் கவர்கள்வன்

என வரும் பகுதிகளால் இது புலப்படும்.

தமிழாற் பாடல் பாடத் தொடங்கும் சம்பந்தப் பிள்ளையார் தமிழுக்கே சிறப்பாகச் சொல்லும் காதல் துறையில் தம் முதற் பதிகத்தை அமைத்தது பொருத்தமேயாகும். அவர் தமிழ் விரகர் அல்லவா?

மூன்று நிலை

உலகத்தைப் படைத்துக் காத்து அழிக்கும் தொழில்களை உடையவன் இறைவன். அந்த மூன்று தொழில்களையும் நடத்துவதற்கு மூன்று மூர்த்தியாகி இருக்கிறான். எல்லாப் பொருள்களும் ஒடுங்கும் காலத்தில் தான் ஒருவனேயாகி நிற்கிறான். தத்துவங்கள் ஒன்றின் ஒன்று தோன்றி விரிந்து கொண்டே வரும். அப்படியே ஒடுங்கும்போது ஒன்றின் ஒன்று அடங்கிக் கொண்டே வரும். தோற்றமும் ஒடுக்கமும் இல்லாதவன் இறைவன் ஒருவனே. அவனே எல்லாப் பொருளும் ஒடுங்கின இடத்திலும் தான் ஒடுங்காமல் எல்லாவற்றின் முடிவையும் காணும் ஒருவனாக விளங்குகிறான். அதனால் எல்லாப் பொருள்களும் ஈறாக, எல்லையாக, அந்தமாக நிற்பவன் இறைவன்தான்.

ஈறும் முதலும்

எவன் எல்லாவற்றிற்கும் இறுதியிலே நிற்கிறானோ, அவனே எல்லாவற்றிற்கும் முதலிலே இருப்பவனும் ஆவான். ஆதி அந்தம் என்ற வேறுபாடு இறைவனளவில் இல்லை. ஆயினும் பிறவற்றை நோக்கும்போது, அவையெல்லாம் ஒடுங்கும் போது அவற்றின் இறுதியைக் கண்டு ஈற்றிலே நிற்பவனாதலின், எல்லாவற்றிற்கும் ஈறான பொருள் அவனே ஆகிறான். மீட்டும் எல்லாத் தத்துவங்களும் தோற்றும்போது அவன் எல்லாவற்றையும் தோற்றுவித்தலின் அவனே முதல்வனாக நிற்கிறான். ஆதலின் ஒடுக்கத்தை நோக்கும்போது அவன் தனக்குப் பின் நிற்கும் பொருள் யாதும் இல்லாத ஈறாக 'நிற்கிறான்; தோற்றத்தை நோக்கும்போது தனக்கு முன் தோற்றாத பொருள் யாதும் இல்லாத முதலாகவும் நிற்கிறான். அவனை அநாதி என்று

சொல்வர் பெரியோர், அவனுக்கு முன் யாரும் இல்லாமையால். அநந்தன் என்பர், அவனுக்குப் பின் யாரும் இன்மையால். ஆயினும் அவனே யாவற்றையும் தோற்றுவிக்கும் முதல்வனாதலின் ஆதியென்றும், அவனே யாவற்றையும் தன்பால் ஒடுங்கச் செய்யும் ஈறாக நிற்றலின் அந்தம் என்றும் அவனைக் கூறுவர்.

சிவஞான போதத்தின் முதற் சூத்திரம்,

"அந்தம் ஆதி என்மனார் புலவர்"

என்று கூறுகிறது. எல்லாப் பொருளுக்கும் முடிவாகி இருக்கும் சிவபெருமானே எல்லாப் பொருளுக்கும் முதலாக நிற்கிறான் என்ற இதனை ஞானசம்பந்தப் பிள்ளையார் சொல்கிறார்.

திருவீழி மிழலைத் தேவாரத்தில் ஒரு பாசுரத்தை, 'இறைவன் ஈறாகவும் இருக்கிறான்; முதலாகவும் இருக்கிறான்' என்று தொடங்குகிறார். பாசுரம் முழுவதும் வருமாறு:

ஈறாய்முதல் ஒன்றாய்இரு பெண்ஆண்குணம் மூன்றாய்
மாறாமறை நான்காய்வரு பூதம்அவை ஐந்தாய் ஆறார்சுவை
ஏழோசையொ டெட்டுத்திசை தானாய் வேறாய்உடன்
ஆனான்இடம் வீழிம்மிழ லையே.

[எல்லாப் பொருள்களுக்கும் இறுதியாகி, அவற்றைத் தோற்றுவிக்கும் முதல்வனாகி, இவ்வாறு இறுதியும் முதலும் என்று கூறினும் ஒரே பொருளாய், ஆண் பெண் என்ற இரு பிரிவுள்ள பொருள்களாகி, சத்துவம், ராஜசம், தாமசம் என்ற குணங்கள் மூன்றாகி, பொருள் மாறாத வேதங்கள் நான்காகி, ஒன்றினின்றும் ஒன்று தோன்றி வருகின்ற பூதங்களாகிய அவை ஐந்தாகி, நுகர்கின்ற சுவை ஆறாகி, ஏழு ஓசையாகி, எட்டுத் திசையும் தான் ஆகி இவ்வாறு அபேதமாக அவையாகவே நிற்றலின்றிப் பேதமாய்ப் பிரிந்து வேறு ஆகி, அவற்றோடு கலந்து பேதா பேத நிலையில் உடனாகி இருப்பவனாகிய இறைவனுக்கு உரிய (வணங்குவாருக்கு

அருள் புரியும் பொருட்டு எழுந்தருளியிருக்கும்) இடம் திருவீழி மிழலை.]

அவன் ஈறாகவும் இருக்கிறான்; முதலாகவும் இருக்கிறான். இரு வேறு வகையாகச் சொன்னாலும் இறைவன் ஒரு பொருள்தான். ஆதலின், "ஈறாய் முதல் ஒன்றாய்" என்றார். அவன் ஒருவன்தான் முடிந்த முடிபாகிய ஈறு; அவன் ஒருவன்தான் முதல்களிலெல்லாம் முதல். ஆதலின், 'ஒன்று ஈறாய் முதலாய்' என்று பிரித்துக் கூட்டிப் பொருள் செய்ய வேண்டும்.

சம்பந்தப் பெருமான் இறைவனுடைய பெருமையைப் பல வகையிலே பாடுகிறவர். ஒன்று, இரண்டு, மூன்று முதலிய தொகைகளாக உள்ள பொருள்கள் அனைத்தும் அவனே என்று சொல்லத் தொடங்கி அவன் ஆதியும் அந்தமுமாகிய ஒரு பரம்பொருள் என்றார். இதற்குமேல் இரண்டு முதல் எட்டு வரைக்கும் உள்ள எண்ணிக்கைகளை உடைய பொருள்களை நினைக்கிறார்

மூன்று நிலை

ஆதியும் அந்தமுமாகி நிற்கும் சிவபரம்பொருள் பிரபஞ்சத் தோடு மூன்றுவகைத் தொடர்பு உள்ளவனாக இருக்கிறான். பிரபஞ்ச முழுவதும் தானேயாக இருக்கிறான். பிரபஞ்சத்துக்கும் அவனுக்கும் பேதமில்லாமல் அபேதமாக விளங்குகிறான். பொன்னால் ஆன ஆபரணத்தை வளை என்றும் சங்கிலியென்றும் வேறு பெயராலே குறிக்கிறோம். ஆனால் அவ்வளவும் பொன்தான். அப்படியே பார்க்குமிடம் எங்கும் ஒரு நீக்கமற்ற நிறைகின்ற பரம்பொருளாகிய இறைவனும் பிரபஞ்சத்திலுள்ள பல பொருள்களாகவும் இருக்கிறான்.

எப்பொருளும் தானாகி நிற்கும் இறைவன் அவற்றின் வேறாகவும் நிற்கிறான்; அவற்றினின்றும் பேதமுற்று நிற்கின்றான். பிரபஞ்சம் என்பது இட எல்லையையும் கால எல்லையையும் உடையது. இறைவனோ அந்த இரண்டு

எல்லைகளையும் கடந்தவன். தண்ணீரும் அதைத் தன்னுள் அடக்கி நிற்கும் குடமும் ஒன்றோடு ஒன்று தொடர்புடையது தான். ஆனால் வெவ்வேறாக இருக்கின்றன. இறைவனும் பிரபஞ்சத்துக்கு அப்பால் வேறாகவும் நிற்கிறான். முன்னே சொன்னது அபேத நிலை; இது பேத நிலை.

பிரபஞ்சத்தோடு உடனாக, ஒட்டியும் ஒட்டாமலும் நிற்கிறான். இதைப் பேதாபேத நிலை என்று சொல்வார்கள். மலரில் மணம் இருக்கிறது. மலர் முழுவதும் இசைந்து நிற்கிறது மணம். அதைத் தனியே பிரித்து அறியவொண்ணாது.

மலரும் மணமும் ஒன்றுபட்டே இருக்கின்றன. ஆனாலும் மலர் வேறு, மணம் வேறு. இதுதான் ஒட்டியும் ஒட்டாத நிலை அல்லது பேதாபேத நிலை. சொல்லும் பொருளும் உள்ள நிலை இது. சொல்லிலே பொருள் விரவி இருக்கிறது. சொல் முழுவதும் பொருள் இருக்கிறது. ஆயினும் சொல் வேறு; பொருள் வேறு. இப்படி இறைவன் பிரபஞ்சத்தோடு ஒன்றி நின்றும் ஒட்டியும் ஒட்டாத நிலையில் இருக்கிறான்.

இந்த மூன்று நிலையையும் சிவஞான போதத்தின் இரண்டாவது சூத்திரம் பேசுகிறது.

"அவையே தானேயாய்"

என்னும் அச்சூத்திரத்தின் பகுதியும், 'அவையே தானேயாய் என்பதனை இரட்டுற மொழிதலான்; அவையேயாய் தானேயாய் அவையே தானேயாய் எனக் கூறிப் பொருளுரைக்க' என்னும் அதன் உரையும் இங்கே அறிவதற்கு உரியன.

அபேத நிலை

ஞானசம்பந்தப் பெருமான் அந்தமும் ஆதியுமாகிய சிவபரம்பொருள் இந்த மூன்றுவகை நிலையிலும் விளங்கி யருளும் திறத்தைச் சொல்லப் புகுந்து அபேத நிலையை முதலில் விரிவாகச் சொல்கிறார்.

உலகில் உள்ள உயிர்க் கூட்டங்கள் உடம்பு பெற்று வாழ்கின்றன. அவ்வுடம்பின் வேற்றுமையால் ஆண் என்றும் பெண் என்றும் இருவகையாக உலவுகின்றன. அப்படி இருவேறு கூறாக உள்ளவை யாவும் இறைவனே. ஒன்றாகிய முதல்வன் இரண்டாக உள்ள ஆண் பெண்ணாக விளங்குகிறான்.

மக்களுக்குள்ள குணங்கள் பலவானாலும் அவற்றைச் சாத்துவிகம், ராஜசம், தாமசம் என்று அடக்கிவிடலாம். அந்த மூன்று குணங்களின் வசப்பட்டே மக்கள் செயலாற்றுகின்றனர். அந்தக் குணங்களாகவும் இறைவன் நிற்கிறான். ஒரு தனி முதல்வன் பெண் ஆண் என்னும் இரு வேறு பாலாகி, மூன்று குணமாகி விளங்குகிறான்.

இறைவனுடைய பெருமையையும், மக்கள் இன்னது செய்ய வேண்டும் இன்னது செய்தல் கூடாது என்பதையும் சொல்வது வேதம். பாரத நாட்டில் உள்ள பழஞ் சமயங்கள் யாவும் வேதத்தைப் பிரமாணமாகக் கொண்டவை. ஆதலின் அவற்றை வைதிக சமயங்கள் என்று சொல்வார்கள். இந்து மதம் என்று இக்காலத்தில் வழங்கும் பெயர் பல சமயங்களுக்கும் பொதுவானது. அப்படி ஒரு தனிச் சமயம் இல்லை. ஆனாலும் சைவம், வைணவம் முதலிய சமயங்கள் பலவற்றிற்குப் பொதுவாக அந்தப் பெயர் அயல்நாட்டவரால் வழங்கப்பெற்று, நாளடைவில் நாமும் வழங்கும்படியாயிற்று. இச் சமயங்கள் அனைத்தையும் பழங்காலத்துப் பெரியோர்கள் வைதிகம் என்ற பொதுப் பெயராலே குறிப்பர். வேதத்தைப் பிரமாணமாக உடையவை என்பது அதற்குப் பொருள்.

ஆதலின் வேதம் பாரத தேசத்திற்கு மிகச் சிறந்தது. ஞானசம்பந்தப் பெருமானது திருவவதாரத்தைப் பற்றிச் சொல்ல வந்த சேக்கிழார்,

"வேதநெறி தழைத்தோங்க மிகுசைவத் துறைவிளங்க"

என்று பாடுகிறார்.

இறைவனே வேதத்தை அருள் செய்தான். வேதத்தின் பயனாக இருக்கிறான். வேதமாகவே இருக்கிறான். நான்கு என்ற எண்ணிக்கையுள்ள பொருளைச் சொல்ல வந்த சம்பந்தர், "மாறாமறை நான்காய்" என்று சொல்கிறார். வேதத்தை அநாதி என்றும், அநந்தம் என்றும், அபௌருஷேயம் என்றும் சொல்வார்கள். காலத்துக்கு ஏற்றபடி மாறுவன ஸ்மிருதி முதலியன. ஆனால் சுருதியாகிய வேதமோ என்றும் மாறாமல் இருப்பது. ஆதலின் 'மாறாமறை' என்று சொன்னார். இறைவன் நான்கு வேதங்களையே தன் நுட்பமான திருவுருவங்களில் ஒன்றாகக் கொண்டிருக்கிறான். அதனால் வேதமூர்த்தி என்று அவனுக்கு ஒரு திருநாமம் உண்டு.

"பண்ணார்தரு மறையாய்உயர் பொருளாய்இறை யவனாய்"

இறைவன் இருப்பதை வேறிடத்திலும் சம்பந்தர் திருவாய் மலர்ந்தருளியிருக்கிறார்.

இறைவன் ஐம்பெரும் பூதங்களாகவும் இருக்கிறான். புலன்களுக்கு எட்டும் பொருள்கள் யாவும் ஐந்து பூதங்களின் கலப்பினால் அமைந்தனவே.

"நிலத்தீ நீர்வளி, விசும்போடு ஐந்தும்
கலந்த மயக்கம் உலகம் ஆதலின்"

என்பது தொல்காப்பியம். இந்த ஐந்து பூதங்களும் இறைவனுடைய திருவுருவங்களே. இறைவனுக்கு அட்ட மூர்த்தி என்பது ஒரு பெயர். ஐம்பெரும் பூதங்கள், இருசுடர், வேள்வித் தலைவன் என்னும் எட்டும் அவன் திருவுருவங்கள். இந்த எட்டில் ஐந்து பூதங்களும் அடங்கியிருக்கின்றன. ஆதலால், "பூதம் அவை ஐந்தாய்" என்று சம்பந்தர் பாடினார்.

இப்படியே இறைவன் ஆறு சுவையுமாக இருக்கிறான். பிறந்தது முதல் இறக்கும் வரையில் மனிதனிடம் விடாமல் நிற்கும் உணர்ச்சி சுவை யுணர்ச்சி. சுவையுணர்ச்சியை வென்றவர்கள் மற்ற உணர்ச்சிகளை எளிதில் வெல்ல முடியும். இனிப்பு, துவர்ப்பு, கார்ப்பு, புளிப்பு, கைப்பு, உவர்ப்பு என்று

சுவையை ஆறு வகைகளாகப் பிரித்துச் சொல்வார்கள். இறைவன் இந்த ஆறு சுவையுமாக இருக்கிறான். ஆறாகிய ஆர்கின்ற சுவைகள் அவனே என்பார், "ஆறார் சுவை" என்றார்.

சங்கீதம் இனிய ஒலியைப் பற்றியது. ஓசையினால் இன்பத்தை உண்டாக்குவது. இன்னோசையின் ஏற்றத் தாழ்வினால் கீதம் பிறக்கிறது. ஓசையைக் கணக்குப் பண்ணி அடிப்படையான ஓசைகள் இன்னவை என்று வரையறுத்திருக்கிறார்கள். அவை ஏழு. அவற்றை நரம்பென்றும் ஸ்வரம் என்றும் சொல்வார்கள். சரிகமபதநி என்ற ஏழு எழுத்துக் களாலும் குறிக்கப்பெறும் ஓசைகளே அவை. அவற்றை ஸட்ஜம், ரிஷபம், காந்தாரம், மத்தியமம், பஞ்சமம், தைவதம், நிஷாதம் என்று வட மொழியிலும், குரல், துத்தம், கைக்கிளை, உழை, இளி, விளரி, தாரம் என்று தமிழிலும் கூறுவர். இவற்றிற்கு ஆ, ஈ, ஊ, ஏ, ஐ, ஓ, ஔ என்பவற்றை எழுத்தாக வைத்து வழங்குவது பழந்தமிழ் மரபு.

இறைவன் இசை மயமாய் இருக்கிறான். நாதம் என்ற தத்துவத்தை உண்டாக்கினவனும் நாதமாகவே இருப்பவனும் அவன்தான். ஆதலின் இசையும் அவனாகவே இருக்கிறான். இசையின் அடிப்படையாகிய ஏழு ஓசையாக அவன் விளங்குகிறான்; அதனால், "ஏழோசை யொடு" என்று சம்பந்தர் பாடினார்.

மக்கள் அறிந்த பொருள்களாக இருந்தாலும் எல்லை அறியப்படாத பொருள்கள் இரண்டு. அவை காலம், இடம் என்பவை. மனிதன் காலத்துக்கும் இடத்துக்கும் உட்பட்டவன். அவற்றின் எல்லையை உணராதவன். யார் காலத்துக்கும் இடத்துக்கும் அப்பாற்பட்டவனோ அவனே அவற்றின் எல்லையை உணர முடியும். காலமும் இடமும் காலத்துக்கும் இடத்துக்கும் அப்பாற்பட்டவனையே எல்லையாக உடையவை என்றும் சொல்லலாம்.

இடத்தின் எல்லையை, கிழக்கு, மேற்கு, வடக்கு, தெற்கு என்ற சொற்களால் குறிக்கிறோம். பின்னும் வடகிழக்கு, வடமேற்கு,

தென்கிழக்கு, தென்மேற்கு என்று நான்கு கோணத் திசைகளையும் கூட்டி எட்டு என்று சொல்கிறோம். ஆனால் இந்தத் திக்கின் முடிவை நாம் காணமுடியாது. கிழக்கின் முடிவு, இடம் முடிகின்ற இடந்தான். ஓர் ஊர் நாம் இருக்கும் இடத்துக்குக் கிழக்கே இருக்கிறது. அதனோடு கிழக்கு முடிந்து விடுகிறதில்லை. அதற்குக் கிழக்கிலும் பல ஊர்கள் உண்டு. இப்படியே தொடர்ந்து சென்றால் கிழக்கு நீண்டு கொண்டே போகும். 'இனிமேல் கிழக்கு இல்லை; கடைசிக் கிழக்கு இதுதான், என்று அறிந்து சொல்வார் யாரும் இல்லை. கிழக்கின் முடிவிலே இடம் என்பதும் முடிவடைகிறது. அங்கே இடம் கடந்த இறைவன் இருக்கிறான். எனவே, கிழக்கின் கடைசியாக, எல்லாவற்றிற்கும் கிழக்காக இருப்பவன் இறைவன்தான். இப்படியே ஒவ்வொரு திக்கிலும் எல்லையாக நிற்கிறவன் இறைவன்.

கிழக்கு எப்போதும் கிழக்காகவே இருப்பதில்லை. ஓரூர் தனக்கு மேற்கே உள்ள ஊருக்குக் கிழக்கே இருக்கிறது. ஆனால் தனக்குக் கிழக்கே உள்ள ஊருக்கு அது மேற்கில் உள்ளது. ஆதலின் அந்த ஊரைக் கிழக்கில் உள்ளது என்று சிலரே சொல்ல முடியும். அதற்கு வடக்கே உள்ளவர்கள் அது தெற்கில் உள்ளது என்பார்கள். தெற்கே உள்ளவர்கள் வடக்கே உள்ளது என்பார்கள். ஆதலின் கிழக்கு, மேற்கு என்று வரையறையாக ஓரிடத்தைச் சுட்டிக் காட்டமுடியாது. இங்கிலாந்து நமக்கு மேற்கே இருக்கிறது; ஆனால் அது அமெரிக்காவுக்குக் கிழக்கே இருக்கிறது.

கிழக்காகவே நிற்கும் இடம் தனக்கு அப்பால் இடம் இல்லாத இடந்தான். அதுவே கிழக்கின் எல்லை; கடைசிக் கிழக்கு. அந்த இடமாக இருப்பவன் இறைவன். அவன்தான் சுத்தமான கிழக்கு என்று சொல்வதற்கு உரியவன். அது போலவே மற்றத் திசைகளாகவும் அவன் இருக்கிறான். இதனைக் கருதியே சம்பந்தர், "எட்டுத் திசை தானாய்" என்றார்.

இப்படி ஒன்று முதல் எட்டு வரைக்கும் எண்ணின பொருள்களெல்லாம் தானாகி, பிரபஞ்சத்தோடு அபேத

நிலையில் இறைவன் இருப்பதைப் புலப்படுத்தினார் ஆளுடைய பிள்ளையார். பிறகு சுருக்கமாக மற்ற இரண்டு நிலைகளையும் தெரிவிக்கிறார். இவ்வளவாகவும் நின்றவன் இவற்றோடு சாராமல் வேறாகவும் இருக்கிறான். தத்துவா தீதனாக நிற்கும் நிலை அது. அதையே "வேறாய்" என்றார்.

அடுத்தபடி, சொல்லும் பொருளும் போலப் பேதமும் அபேதமும் ஒருங்கே அமைந்த பேதாபேத நிலையை ‘‘உடன் ஆனான்’’ என்று அருளிச் செய்தார்.

இறைவன் எல்லாப் பொருளுமாய் நிற்கிறான், எல்லாவற்றினும் வேறாகி நிற்கிறான், எல்லாப் பொருளினூடும் பிரிவின்றி நிற்கிறான் என்று இப்பாட்டினால் சொன்னார்.

அப்படி இருக்கின்ற பெருமான் எழுந்தருளியிருக்கும் தலம் திருவீழி மிழலை. இது சோழ நாட்டில் உள்ள திருப்பதி. வீழி என்பது ஒருவகைச் செடி. அதனைத் தல விருட்சமாகப் பெற்றமையால் இதற்குத் திருவீழி மிழலை என்ற பெயர் வந்தது. திருமாலுக்குச் சக்கராயுதம் அருளிய தலம் இது. இத்தலத்துக்குத் திருஞான சம்பந்தப் பெருமான் பல பதிகங்கள் பாடியருளியிருக்கின்றனர். அப்பெருமான் அருளிய தேவாரத்தில் சீகாழிக்கும், திருவீழிமிழலைக்கும் மிகுதியான பதிகங்கள் இருப்பதை, "காழி பாதி, வீழி பாதி" என்ற பழமொழி புலப்படுத்தும்.

இந்தப் பாசுரத்தோடு ஒருபுடை ஒப்புமையுடைய பாசுரம் வேறு உண்டு; அது வருமாறு:

பற்று மாகி வானு ளோர்க்குப்
பல்கதி ரோன்மதிபார்
எற்று நீர்தீக் காலும் மேலை
விண்இய மானனோடு
மற்று மாதோர் பல்லு யிராய்
மால்அய னும்மறைகள்

முற்று மாகி வேறும் ஆனான்
மேயது முதுகுன்றே.

இதுவும் திருஞான சம்பந்தர் திருவாக்கே.

உள் நின்றவன்

இறைவன் எங்கும் இருக்கிறான்; எல்லோருடைய உள்ளத்திலும் இருக்கிறான். ஆயினும் அவ்வாறு அவன் இருப்பதனால் நன்மையைப் பெறுகிறவர்கள் மிகச் சிலரே. மழை பரவலாகப் பெய்யும்போது காட்டிலும், நாட்டிலும், மேட்டிலும், பள்ளத்திலும் பெய்கிறது. எல்லாவிடத்திலும் பெய்தாலும் அதன் பயன் எல்லாவிடத்திலும் ஒரே மாதிரி இருப்பதில்லை. மேட்டிலே பெய்த நீர் அங்கே தங்காமல் போய்விடுகிறது. காட்டிலே பெய்த நீர் மரங்களுக்குப் பயன் படுகிறது. பள்ளத்திலே பெய்த நீர் தேங்கியிருக்கிறது. இவ்வாறே இறைவன் யாவருடைய உள்ளத்திலும் எழுந்தருளியிருந்தாலும் சிலருடைய உள்ளத்திலே தான் அவனுடைய அருளீரம் தேங்கி நிற்கிறது. அதை அத்தகைய பெரியார் களுடைய முகமும் உரையும் செயல்களும் எடுத்துக் காட்டுகின்றன.

அப்படி உள்ள சிலரைப் பற்றிச் சம்பந்தப் பிரான் சொல்கிறார்.

நாம் யாவரும் எதையும் அமைதியாகச் சிந்திப்பதில்லை. மனம் எப்போதும் அலைந்து கொண்டேயிருப்பது. எவ்வளவு தான் அன்புடையவர்களாக இருந்தாலும் அவர்களை ஐந்து நிமிஷம் வேறு நினைவு வராமல் நினைக்க நம்மால் முடியாது. நம்மோடு நித்தமும் பழகுகிறவர்கள், நம்முடைய நன்மையையே விரும்புகிறவர்கள், நம் அன்புக்கு உரியவர்கள் இத்தகையவர்களைக்கூட நாம் சிறிது நேரம் நினைத்திருக்க இயலாது. நம் மனைவியையே நினைக்கிறோம். கண்ணை மூடிக்கொண்டு பாருங்கள்; அவளுடைய உருவம் அப்படியே தெளிவாக நம் அகக் கண்ணில் தோன்றாது.

'எந்தப் பொருளும் அகக் கண்ணில் தெளிவாகத் தோன்றாது' என்று சொல்லலாம். அது தவறு. கனவில் நாம் காணும் உருவம் தெளிவாகத்தானே தெரிகிறது? அப்போது புறக்கண்ணா திறந்திருக்கிறது? ஆதலின் மனத்துக்குள் இருக்கும் கண்ணால் தெளிவாக ஒரு பொருளைக் காணமுடியும். அப்படியானால் கண்ணை மூடிக்கொண்டால் கனவிலே தெரிவது போலத் தெளிவாகத் தெரியாமல் இருப்பதற்கு என்ன காரணம்? நனவிலே நாம் ஒரு பொருளை நினைக்கும்போது மனம் ஒன்றி அதை நினைப்பதில்லை. கண், வாய், மெய், மூக்கு, செவி என்னும் ஐம்பொறிகளும் திறந்திருக்கின்றன. ஒரு வீட்டுக் கூட்டத்தில் ஐந்து சன்னல்கள் இருக்கின்றன. அவற்றைத் திறந்துவிட்டுக் கூடத்தின் நடுவிலே ஒரு குத்துவிளக்கை ஏற்றிவைத்தால் சுடர்நின்று எரியாது. அது நின்று எரிய வேண்டுமென்றால் சன்னல்களை அடைத்துவிட வேண்டும். ஐம்பொறிகளும் இயங்காமல். அடங்கி நிற்க, மனத்தை ஒருநிலைப்படுத்தித் தியானம் செய்தால் இறைவனுடைய திருவுருவத்தை உள்ளத்தே காணலாம். அலையின்றி அமைந்த குளத்திலே கதிரவன் உருவம் தோன்றுகிறது. ஆனால் குளத்தின் நீரில் சிறிது அலை எழுந்தாலும் கதிரவன் உருவமும் அசைவதுபோல இருக்கும். அலைகளின் அசைவே கதிரவன் உருவம் அசைவது போலக் காணச் செய்கிறது.

இறைவன் எல்லோருடைய உள்ளத்திலும் எழுந்தருளி யிருந்தாலும் அவன் அங்கே நிற்பதாகத் தோன்றுவதில்லை. ஐம்பொறிகளின் வழியே வரும் அவாவினால் மனம் அலைகிறது. அந்த அலைச்சலால் இறைவன் அங்கே நின்றாலும் தெரிவதில்லை. அவ்வாறு இன்றிப் பொறியாகிய வாயிலை அடைத்து மனத்தை ஒருமைப்படுத்தித் தியானம் செய்தால் இறைவன் அங்கே நிற்பான். அது மாத்திரமா? "இதுகாறும்" நாம் இங்கே நின்றும் இவன் ஓடிக்கொண்டே இருந்தான். தான் ஓடும் ஓட்டத்தினால் நாம் ஓடுவதாக எண்ணியிருந்தான். இப்போதுதான் இவன் நின்றான்; எண்ணத்தை ஒருமைப்படுத்தி ஒன்றி நின்று நினைக்கிறான்.

இவனுக்கு அருள வேண்டும்" என்று இறைவன் தன் திருவுள்ளத்திலே உவகை பூண்பான்.

எண்ஒன்றி நினைத்தவர் தம்பால் உள்நின்று மகிழ்ந்தவன்.

பலபல எண்ணங்களிலே மனத்தைச் சிதறவிடாமல் ஒரே எண்ணத்திலே ஒன்றுகிறார்கள் அன்பர்கள். இறைவனைச் சிந்திக்கும் எண்ணந்தான் அது. அவ்வாறு தியானம் செய்பவர்களிடம் இறைவனுக்கு அளவற்ற மகிழ்ச்சி. ஒருவர் வீட்டுக்கு விருந்தாளி ஒருவர் போகிறார். அவரைக் கண்டவுடன், "வாருங்கள், உட்காருங்கள்'' என்று கூறினால் வந்தவருக்கு மகிழ்ச்சி உண்டாகும். விருந்தாளியைப் பார்க்காமலே இருந்தால் அவருக்கு எவ்வளவு வருத்தமாக இருக்கும்! தெரிந்தவர்கள், "உங்கள் வீட்டுக்கு வந்திருக்கிறாரே; அவரைக் கவனித்தாயா?" என்று கேட்கிறார்கள். அவர்கள் உரையைக் கேட்ட பிறகும் சும்மா இருந்தால் வந்தவர் எப்படித் தம் இன்முகத்தைக் காட்டுவார்?

சிவபரஞ்சுடர் நம் உள்ளக்கூடத்தில் இருக்கிறான் என்பதை அறிந்தவர்கள் சொல்கிறார்கள். அதைக் கேட்டும் நாம் அவனைக் கவனிப்பதில்லை.

புதையல் இருப்பது தெரியாதவனுக்கு அந்தப் புதையலுள்ள இடம் சொந்தமாக இருந்தாலும், அதன் மேலே அவன் எப்போதும் நடந்து கொண்டே இருந்தாலும் அதனால் அவனுக்குப் பயன் ஏதும் இல்லை. மற்றச் செயலை நிறுத்திவிட்டு, அதைத் தோண்டியெடுத்தால் அவனுக்குப் பயன் உண்டாகும். இறைவனை அன்பர்கள் எண் ஒன்றி நினைக்கிறார்கள். அதனால் அவன் அருளைப் பெறுகிறார்கள். இறைவனும் அவர்கள் உள்ளத்தே தன் முழு நிலையும் அமையும்படி பொருந்தியிருந்து மகிழ்ச்சி அடைகிறான்.

அன்பர்களுடைய உள்ளத்தே நின்று மகிழும் பெருமான் பல திருத்தலங்களில் மூர்த்தீகரித்து எழுந்தருளியிருக்கிறான். அன்பர்கள் உள்ளத்தால் பற்றி ஒன்றிச் சிந்திப்பதற்காகவே

அவ்வாறு பல தலங்களில் பல கோலத்தோடு அவன் திருக்கோயில் கொண்டிருக்கிறான். அத்தகைய தலங்களில் ஒன்று திருப்பனையூர். அது சோழ நாட்டில் உள்ளது. பனையைத் தல விருட்சமாக உடையதாதலால் பனையூர் என்ற திருப் பெயரைப் பெற்றது.

எண் ஒன்றி நினைந்த அன்பர்களிடம் அவர்களுடைய உள்ளத்துக்குள்ளே நின்று மகிழ்ந்தவன் ஊர் திருப்பனையூர் என்று சொல்ல வருகிறார் சம்பந்தர். அந்த ஊர் இயற்கை வளம் செறிந்தது.

தமிழ் விரகர் இயற்கையழகை இனிதாகப் பாடுவதில் வல்லவர். இங்கே பனையூரின் சோலை வளத்தைச் சொல்கிறார்.

பனையூர் என்ற பெயரைக் கொண்டு அங்கே வெறும் பனை மாத்திரம் இருக்கிறது என்று எண்ணக்கூடாது. பலவகை மரங்களும் அடர்ந்த சோலைகள் அவ்வூரில் உண்டு. மிகவும் வளமாக அந்த மரங்கள் வளர்ந்திருக்கின்றன. வானத்தை நோக்கி எழுந்த சோலைகள் உள்ளன. வளப்பம் மிக்க சோலையில் மரங்கள் நன்றாக வளர்ந்து மலர்கின்றன. மலர்கள் தேனிருக்கும் கிண்ணங்கள் அல்லவா? தேன் மலர்களில் தேங்கி நிற்கிறது. தேன் நிரம்பிய சோலைகள் இருக்கையில் வண்டுகளுக்குச் சொல்லியா அனுப்ப வேண்டும்? தேன் எங்கே இருக்கிறதென்று ஆராய்வதே தொழிலாக உடைய வண்டுகள் எங்கெங்கோ அலைந்து இங்குள்ள சோலைகளை வந்து அடைகின்றன. கள் (தேன்) நின்ற சோலை அல்லவா? இனி எங்கும் போக வேண்டிய அவசியமே இல்லை. சுகமாக அந்தத் தேனை உண்டு களிக்கின்றன. வேறு இடங்களுக்குச் செல்லும் வேலை இல்லாமையால் அவை அமைதியாகச் சோலையிலே தங்குகின்றன. இனிய தேனை உண்டு அமைதியுற்ற அவ்வண்டுகள் பெற்ற இன்பம் மிகப் பெரிது. அந்த நிலையில் அவை முரலத் தொடங்குகின்றன. அந்த ரீங்காரத்தைக்

கேட்டால் காது குளிர்கின்றது. இனிய பண்களை அல்லவா அவை பாடுகின்றன?

மகிழ்ந்தவன் ஊர் ஆம்,
கள்நின்றெழு சோலையில் வண்டு
பண்நின்றொலி செய்பனை யூரே.

எம்பெருமான் எழுந்தருளியிருக்கும் தலத்தில், பல இடங்களுக்குச் சென்று திரிந்த வண்டுகள் அவ்வாறு திரியாமல் அமைதி பெற்று இன்னொலி செய்கின்றன. அவனுடைய அன்பர்களின் மனத்தை அந்த வண்டுகள் நினைப்பூட்டுகின்றன.

பலவாறு எண்ணங்களைச் சிதறவிடாமல் ஒன்றியிருந்து நினைக்கும் அவர்கள் தம் உள்ளத்தில் இறைவன் நின்று மகிழ்ந்து செய்யும் அருளை நுகர்கிறார்கள். அந்த நுகர்ச்சி அவர்களுடைய உரையிலே செயலிலே வெளிப்படும்.

'கள்ளானது தேங்கி நிற்க, மேலும் மேலும் ஓங்கி வளர்கின்ற சோலையிலே வண்டுகள் (தேனை உண்டு அந்த அமைதியினாலே) நின்று நிதானித்துப் பண்களை ஒலி செய்கின்ற திருப்பனையூர், இறைவனுடைய ஊராகும்' என்று சம்பந்தப் பெருமான் பாடுகிறார்.

எண்ஒன்றி நினைந்தவர் தம்பால்
உள்நின்று மகிழ்ந்தவன் ஊர்ஆம்,
கள்நின்றெழு சோலையில் வண்டு
பண்நின்றொலி செய்பனை யூரே.

[எண்ணம் ஒருமைப்பட்டுத் தியானம் செய்கின்ற அன்பர்களிடத்தில் அவர்களுடைய உள்ளத்துள்ளே நின்று மகிழ்ச்சி பெற்ற இறைவனது ஊராகும், தேன் தேங்கி நிற்க ஓங்கி வளரும் சோலையில் வண்டுகள் பண்களை அமைதியாக இருந்து முரலும் திருப்பனையூர்.

பனையூர், மகிழ்ந்தவன் ஊராம் என்று வாக்கியம் முடியும்.

எண் - எண்ணம். ஒன்றி - ஒருமைப்பாட்டு. "ஒன்றியிருந்து நினைமின்கள் உந்தமக் கூனமில்லை" என்பது இங்கே நினைவுக்கு வருகிறது. உள் - உள்ளம். ஆம் - ஆகும். கள் - தேன். நின்று - நிற்க; எச்சத்திரிபு. எழு - ஓங்கி வளரும். பண் - ராகம். ஒலிசெய் - பாடும்.)

திருப்பனையூர் என்னும் தலம் நன்னிலத்துக்கு அருகில் இருக்கிறது.சுவாமி திருநாமம்: சௌந்தரிய நாதர்; அம்பிகை திருநாமம்: பெரியநாயகியம்மை.

விடம் உண்ட ஈசர்

ஒருகால் அமரர்கள் அமுது கடைய எண்ணினர். பாற்கடலில் மந்தரத்தை மத்தாக வைத்து வாசுகியைக் கயிறாகக் கொண்டு கடைந்தார்கள். "இதில் எழும் அமுதத்தை உண்டால் என்றும் சாவாமல் இருக்கலாம்" என்பது தேவர்களின் எண்ணம். இறைவனுடைய அருளைத் துணையாக்கிக் கொள்ள வேண்டும் என்ற நினைவு அவர்களுக்கு இல்லை. பாற்கடலைக் கடைந்தார்கள். அப்போது ஆலகால விடம் எழுந்தது. அதன் வேகம் யாராலும் தாங்க முடியவில்லை. அதன் காற்றுப் பட்டாலே அமரர்கள் யாவரும் இறந்துவிடுவார்கள் என்று தோன்றியது. அப்போதுதான் அவர்களுக்கு இறைவனுடைய நினைவு எழுந்தது. 'எல்லாம் நாமே சாதித்துக் கொள்ளலாம்' என்று எண்ணிய அவர்களுடைய செருக்கே ஆலமாக வந்ததோ! இப்போது செருக்கு அழிந்து தேவரெல்லாம் ஒருங்கே திரண்டனர். யாவரும் இறைவனிடம் ஓடிச் சென்று, "இறைவா! நீ இன்று எங்களைக் காப்பாற்ற வேண்டும். இந்த நஞ்சினால் நாங்கள் உயிரை இழந்து விடுவோம் போல் இருக்கிறதே!" என்று ஓலம் இட்டார்கள்.

துன்பம் வந்தால்தான் இறைவனை நினைக்கும் எண்ணம் உண்டாகும். இன்பம் உண்டாகும் போது, 'எல்லாம் நம்மால் உண்டானது' என்ற அகந்தை நினைவுதான் இருக்கும். ஆலகால விடத்துக்கு அஞ்சித் தம் அகந்தை ஒழிந்து அமரர்கள் ஓலமிட்டபொழுது பரம கருணாநிதியாகிய சிவபெருமான், "அமுதத்தைக் கடைவதாக என்னிடம் ஒரு வார்த்தை சொன்னீர்களா?" என்று கேட்கவில்லை. "இதுவரையில் என்னை நினைக்காமல் செருக்குற்ற உங்கள் வேண்டுகோளைக் கேட்க மாட்டேன்" என்று மறுக்கவில்லை.

"இப்பொழுதேனும் இவர்கள் வந்தார்களே!" என்ற அருள் நினைவுதான் அப்பெருமானுக்கு உண்டாயிற்று. அவர்கள் படும் அல்லை அவன் கண்டு இரங்கினான்.

அந்த நஞ்சினைத் திருக்கரத்தில் வாங்கினான் சிவ பெருமான். அதனை அமுதம்போல் உண்டான். உண்ணவில்லை; விழுங்கினான். எப்போதும் மறையை ஓதும் பெருமையை உடைய திருக்கழுத்தில் தங்கும்படியாக வைத்தருளினான். யாரும் உண்ணமாட்டாமல் அஞ்சிய நஞ்சை அவன் யாரும் காணத் தன் திருக்கழுத்தில் வைத்தான். இறைவனுடைய கருணைக்கும் பேராற்றலுக்கும் அடையாளமாக அந்த விடம் அவனுடைய இருங் களத்தில் (பெரிய கழுத்தில்) ஆர்கின்றது.

ஒருங்கு, "அளி நீஇறை வா" என்று
உம்பர்கள் ஓலம் இடக்கண்டு
இருங்களம் ஆர விடத்தை
இன்னமுது உண்ணிய ஈசர்.

[தேவர்கள், "இறைவனே, இந்த நஞ்சினால் யாங்கள் இறவா வண்ணம் நீ காப்பாறுவாயாக" என்று ஒன்றுபட்டு வந்து ஓலமிடக் கண்டு, அவர்களுக்கு இரங்கி, தம்முடைய பெருமையையுடைய திருக்கழுத்தில் தங்கும்படியாக ஆலகாலவிடத்தை இனிய அமுதாக உண்ட ஈசர் - கற்குடி மலையில் உள்ளார் என்று சொல்ல வருகிறார்.

'உம்பர்கள் ஒருங்கு ஓலமிட' என்று கூட்டிப் பொருள் செய்யவேண்டும். அளி - காப்பாற்று. இறைவன் எங்கும் நிறைந்திருப்பவன். இரும் களம் - பெரிய கழுத்து; பெருமை, அளவினால் வந்தன்று; வேதம் ஒலிக்கும் தன்மையால் வந்தது. இன்னமுது உண்ணிய - இனிய உணவுபோல உண்ட.. அமுது அமுதம் என்றும் சொல்லலாம். உண்ணிய: உண் எண்பதன் அடியாகப் பிறந்த இறந்தகாலப் பெயரெச்சம்; எண், நண், பண் என்பவற்றிலிருந்து எண்ணிய, நண்ணிய, பண்ணிய: எனப் பெயரெச்சங்கள் வந்ததுபோல வந்தது இது. இச்சொல் தமிழ் விரகர் தாமே படைத்துக்கொண்டது. இவ்வாறு

இவ்வருட்பெருஞ் செல்வர் புதியனவாக அமைத்துக் கொண்ட சொற்கள் பலவற்றைத் தேவாரத்தில் காணலாம்.]

இப்படியாக அமரர்கள்மேல் வைத்த கருணையால் விடத்தை உண்ட ஈசர் திருக்கற்குடி என்னும் தலத்தில் எழுந்தருளி யிருக்கிறார். திருச்சிராப்பள்ளிக்கு அருகில் உய்யக் கொண்டான் என்ற பெயரோடு உள்ள ஊரே கற்குடி. இங்கே சிறு குன்றின்மேல் ஆலயம் இருக்கிறது.

இயற்கைவளம் பாடும் திருஞானசம்பந்தப் பிரானுக்கு இது மாமலையாகத் தோன்றியது. மலையும் மலையைச் சார்ந்த இடங்களும் குறிஞ்சி நிலமாகும். இத்தலத்தில் குறிஞ்சி நிலத்தில் நிகழும் அழகிய நிகழ்ச்சிகள் நடப்பதாகப் பாடுகிறார்.

களிறும் பிடியுமாகிய இரண்டு யானைகள் மலைச்சாரற் காட்டினூடே செல்லுகின்றன. பிடிக்குச் சற்றே நடை தளர்கிறது. அதற்குப் பசி உண்டாயிருக்கிறது என்பதைக் குறிப்பால் உணர்ந்த களிறு அதன் பசியைத் தீர்க்க எண்ணுகிறது. அது களிற்றினிடம் மிக்க அன்புடைய பிடி அல்லவா? எப்போதும் அதன் மருங்கிலே நிற்கும் பிடி அது.

அருகே மூங்கிற் காடு. மூங்கில் முளை யானைக்கு மிகவும் விருப்பமான உணவு. ஆண் யானை வாழ்வேலியாக உள்ள மூங்கிலின் முளைகளைப் பறித்துக் கை நிறைய வாருகிறது. பிடியை நீ உண் என்று சொல்லவில்லை. மூங்கில் முளை சுவையுடையதானாலும், அதற்குப் பின்னும் சுவையூட்டும் செயலில் ஆண் யானை முற்படுகிறது. தான் வாரிய வெதிர் முளையை (மூங்கில் முளையை)த் தன் கையாலேயே பிடிக்குக் கொடுக்கிறது. கரிய யானை, மதம் பொருந்திய ஆண் யானை, அன்புடைய பிடியினிடம் அன்பு செய்யும் காட்சி இது.

இப்படி அன்பு மணக்கும் கற்குடியிலே அருள் மணக்கும் ஈசர் எழுந்தருளியிருக்கிறார்.

மருங்குஅளி யார்பிடி வாயில்
வாழ்வெதி ரின்முளை வாரிக்
கருங்களி யானை கொடுக்கும்
கற்குடி மாமலை யாரே.

[பக்கத்தில் நிற்கும் அன்பு நிறைந்த பெண் யானையின் வாயில், வளர்கின்ற பச்சை மூங்கிலின் முளையை வாரி, கரிய மதம் பொருந்திய ஆண் யானையானது கொடுக்கும் திருக்கற்குடி மாமலையில் இருக்கிறார்.

ஈசர் கற்குடி மாமலையார் என்று கூட்ட வேண்டும். மலையார்: குறிப்பு வினைமுற்று.]

தன்னுடைய தொடர்புடையார்பால் உண்டாவது அன்பு; தொடர்பில்லாதவரிடத்தும் பகைவரிடத்தும் உண்டாவது அருள். இறைவன் எழுந்தருளியிருக்கும் இடத்தில் வாழும் விலங்கினங்களிடங்கூட அன்பு விளக்கம் பெறுகிறது. அவ்விடத்தில் அன்பின் விரிவாகிய அருள் விளங்கும் சிவபெருமான் எழுந்தருளி யிருக்கிறான்.

தேவர்கள் தனித்தனியே மாய்வதையன்றி, எல்லோரும் ஒருங்கே மாயும்படியாக வந்தது ஆலகாலவிடம். இறைவன் அவர்கள் அனைவரையும் ஒருங்கே காப்பாற்றினான். ஆதலின் ஒருங்கு என்பதையும் தேவர் கூற்றாகச் சேர்த்து, "நாங்கள் அனைவரும் மாயும்படி நஞ்சு எழுந்திருக்கிறது. எங்கள் அனைவரையும் ஒருங்கே காத்தருள வேண்டும்" என்று கொள்வதும் பொருந்தும்.

நஞ்சை உண்ட இறைவன் அந்த நஞ்சின் கொடுமையை நினைக்கவில்லை. "இது இந்தக் குழந்தைகளுக்கு நல்லறிவு கொளுத்திய பொருள்" என்று எண்ணியமையால் அதனை இனிய அமுதாகக் கொண்டான். எம்பெருமான் முன்னே இனிய அமுதாக அதனை உண்டமையால்தான், பின்னே உம்பர்கள் இனிய அமுதை உண்ண முடிந்தது.

ஒருங்களி நீஇறை வாஎன்று
உம்பர்கள் ஓல மிடக்கண்டு
இருங்களம் ஆர விடத்தை
இன்னமு துண்ணிய ஈசர்,
மருங்களி யார்பிடி வாயில்
வாழ்வெதி ரின்முளை வாரிக்
கருங்களி யானை கொடுக்கும்
கற்குடி மாமலை யாரே.

நல்லபடி நாமம் நவிலுதல்

எதிலே பார்த்தாலும் படபடப்பு; வேகம். பேசினால் படபடப்பு; ஒரு காரியத்தைச் செய்தால் பரபரப்பு. பூமியிலே தானே நிற்கிறோம்? அதற்குள் என்ன அவசரம்? ஒருவரை ஒருவர் முந்திக்கொள்ள வேண்டும் என்று போட்டி போட்டுக்கொண்டு ஓடுகிறோமே! எதற்காக இந்த ஓட்டம்? கடவுளே! இந்த வேகம் இல்லாமல், ஆறுதலாக வாழ வகை இல்லையா? "வேகங் கெடுத்தாண்ட வேந்தன்" அல்லவா நீ?

மனத்திலே உண்டாகும் வேகத்துக்கு ஏதாவது அளவு உண்டா? மேகத்தை வேகத்துக்கு அளவாகச் சொன்னார்கள்; அது சரிப்படவில்லை. காற்றைச் சொன்னார்கள்; அதுவும் பொருத்தமாக இல்லை. கடைசியில் மனத்தைச் சொன்னார்கள். மனோவேகத்துக்கு மிஞ்சின வேகம் இல்லை. அத்தனை வேகமாக ஓடுகிற மனம் ஒரு பொருளிலே ஒட்டி அமைந்து நிற்கிறதா? ஒரு கணத்தில் ஆயிரம் ஆயிரம் சிந்தனைகள் எழுகின்றன. வேகம் அடங்கி இந்த உள்ளமானது உன்னுடைய திருவடிக் கண்ணே ஈடுபடுகிறதா? ஒருமைப்பாட்டுக்கும் அதற்கும் வெகுதூரமாயிற்றே!

இந்த மனம் தனக்குள்ளே எத்தனை எண்ணங்களை வைத்துக் கொண்டிருக்கிறது! அவற்றில் சிலவற்றையே மற்றவர்களால் உணர முடிகிறது. மற்றவற்றைப் பிறரால் உணர முடிவதே இல்லை. அத்தனை எண்ணங்களையும் தனக்குள்ளே மறைத்துக் கொண்டிருக்கிறது இந்தப் பொல்லாத மனம். இதனுடைய கள்ளத்தனத்தை முற்றும் அறிய வல்லவன் நீ ஒருவன்தான். சிவபெருமானே! இந்தக் கள்ளம் நிரம்பிய மனம் மற்ற எண்ணங்களையெல்லாம் தனக்குள் புதைத்து வைத்துக் கொண்டிருக்கும் போக்கை விட்டு, கள்ளம் ஒழிந்து,

உன் அளவிலே ஒன்றி நிற்குமா? அதற்கு ஏதாவது வழி உண்டா?

என் வாயிலிருந்து வரும் வார்த்தைகளில் எத்தனை வெப்பம்! பிறருடைய உள்ளத்தைச் சுடும் சொற்களைச் சொல்லவா இந்த நாக்கை நீ படைத்தாய்? தீயினாற் சுட்ட புண்ணாவது ஆறும், நாவினாற் சுட்ட வடு ஆறாது என்று சொல்கிறார்களே; அது தெரிந்தும் துப்பாக்கியிலிருந்து குண்டு வீசுவதுபோல் அல்லவா இந்த நாக்கு வார்த்தைகளை வெடித்துக் கொட்டுகிறது? உடம்பில் உள்ள அங்கங்களுக்குள் மென்மை உடையதாக, எப்போதும் ஈரம் உடையதாக இந்த நாக்கை நீ படைத்தாய். இதிலிருந்து எழும் சொற்களும் மென்மை உடையனவாக ஈரம் உடையனவாக இருப்பதுதானே பொருத்தம்? அதற்கு மாறாக வெய்ய சொல்லையே சொல்லும் பழக்கத்தை உடையதாக இருக்கிறது என் நா. இந்த நிலை மாற வகை உண்டா? வெய்ய சொல் இன்றி ஆறுதலாகப் பேசும் வண்ணம் இந்த நாக்குக்கு ஏதேனும் வழி அருளுவாயா? வெய்ய சொல் சொல்லாமல் ஆறி நல்ல சொல் பேச வேண்டும். அப்பனே! அப்போதுதான் என் நாக்குத் தூய நாக்கு ஆகும். இதுவரையிரும் தூயன அல்லாத பலவற்றைப் பேசி விட்டேன். பொய், குறளை, கடுஞ்சொல், பயன் இல்லாதன ஆகிய அழுக்குச் சொற்களால் இது தூய்மை கெட்டுவிட்டது. இதைத் தூய்மை செய்ய வேண்டும். வழி உண்டா?

உள்ளம் ஒன்றிக் கள்ளம் ஒழிய வேண்டும்; இது மனத்தைப் பொறுத்த காரியம். வெய்ய சொல் ஆறித் தூய்மை செய்ய வேண்டும்; இது வாக்கைப் பொறுத்த காரியம். இறைவா! நீ எனக்கு மனம், வாக்கு, காயம் என்ற மூன்று கரணங்களையும் அளித்து, "நீ வாழ்" என்று அருள் செய்திருக் கிறாய். இந்த மூன்று கரணங்களினாலும் தீங்கு புரியாமல் வாழும் வாழ்வே நல்வாழ்வு. என்னுடைய மனத்தால் எண்ணும் எண்ணங்களும், வாயால் பேசும் உரைகளும், உடம்பாற் செய்யும் செயல்களும் நல்லனவாக அமைய வேண்டும். என் செய்கைகளோ என்னுடைய ஆசையால் நிகழ்வனவாக

இருக்கின்றன. அது வேண்டும், இது வேண்டும் என்று மேலும் மேலும் ஆசைப்பட்டு அவற்றைப் பெறுவதற்காகப் பல வினைகளைப் புரிகின்றேன். நினைத்த பொருள் கிடைத்தால் அதனோடு நிற்பதில்லை. அதற்கு மேலும் ஆசை விரிகிறது; அதனால் என் செயலும் விரிகிறது. செயல் விரிய நான் பல பாவங்களுக்கு ஆளாகிறேன். ஆதலின் ஆசையினால் செய்யும் செயல்களை நான் ஒழிக்க வேண்டும். அப்போதுதான் உள்ளத்திலே சாந்தி பிறக்கும். காமத்தை (ஆசையை)ச் சார்ந்த வினைகளை அகற்ற வேண்டும். நிஷ்காமனாக, விருப்பு இல்லாதவனாகக் கன்மங்களைச் செய்து வாழவேண்டும். காம வினையை அகற்றினால்தான் நான் வாழும் வாழ்வு தூய வாழ்வு ஆகும்.

வேகம் ஆறி, உள்ளம் ஒன்றிக் கள்ளம் ஒழிய வேண்டும்; வெய்ய சொல் இன்றி ஆறித் தூய்மை செய்ய வேண்டும்; காம வினை அகற்ற வேண்டும். இப்படி மூன்று கருவிகளிலும் தூய்மையுடையவனாக இருந்து, நல்ல முறையில் உன் திருநாமத்தைப் பல காலும் சொன்னால் இன்ப வளம் கொழிக்கும். உள்ளம் மாசுபட, உரை மாசுபட, உடல் மாசுபட எத்தனை தரம் உன் பெயரைச் சொன்னாலும் அதனால் பயன் இல்லை. சர்க்கரை என்று எழுதின காகிதம் இனிக்கிறது இல்லை. தகுதியில்லாதவர்கள் உன் திருநாமத்தைச் சொல்வதே தவறு. சொன்னாலும் பயன் இல்லை. அவர்கள் கரடியாய்க் கத்தி, "நான் எத்தனையோ முறை நாமம் நவின்றேன்; அவன் புகழை ஏத்தினேன்; எனக்கு ஒரு பயனும் கிடைக்கவில்லை" என்று சொல்லி ஏசுகிறார்கள். அந்தோ பாவம்! உன் நாமத்துக்குக் குறை உண்டா? அவர்களிடமல்லவா குறை இருக்கிறது? அலிகளுக்கு இன்பம் ஏது? தூயர் அல்லாதார் நின் திருநாமத்தை நவில்வதனால் முழு இன்பம் அடைய முடியுமோ? பிறரை ஏமாற்ற வேண்டுமானால் நின் நாமத்தைச் சொல்லிக் கொண்டிருக்கலாம்.

நான் அப்படி எல்லாம் சொல்லி ஏமாற்றிப் பிழைக்க விரும்பவில்லை ஐயனே! நல்லபடியாக உன் திருநாமத்தை

நாவில் நவில நினைக்கிறேன். உன்னைப் புகழ்ந்து ஏத்த விரும்புகிறேன். மூன்று கரணங்களும் அமைதியோடு தூய்மையைப் பெற்றால் அப்போதுதான் நல்லவாறு உன் நாமத்தை நவின்று ஏத்தலாம். அதற்குரிய வன்மையை நீ அருள வேண்டும்.

நாமம் நவின்று ஏத்த வல்லவனாகும்படி நீ அருள் புரிய வேண்டும். நீ உள்ள இடம் தேடி நான் உன்னை ஏத்தும் ஆற்றல் பெறுவது எனக்கு எளிதன்று. நீயே எழுந்தருளி வந்து எனக்குத் திருவருளை வழங்க வேண்டும்.

-இவ்வாறு வலிவலம் என்னும் திருத்தலத்து இறைவனைப் பார்த்து வேண்டுகிறார் ஞானசம்பந்தர்.

ஒல்லை ஆறி உள்ளம் ஒன்றிக்
கள்ளம் ஒழிந்துவெய்ய
சொல்லை ஆறித் தூய்மை செய்து
காம வினை அகற்றி
நல்ல வாறே உன்றன் நாமம்
நாவில் நவின்றேத்த
வல்ல வாறே வந்து நல்காய்
வலிவலம் மேயவனே!

[வேகம் ஆறி உள்ளம் ஒன்றுபட்டுக் கள்ளம் ஒழிந்து, வெம்மையான சொற்கள் ஆறித் தூய்மையை உண்டாக்கி, ஆசையினாற் செய்யும் செயல்களை விட்டு, நல்லபடி உன்னுடைய திருநாமத்தை நாவினால் பலகாலும் சொல்லி உன்னைப் புகழவல்ல வழியை என்பால் எழுந்தருளி வந்து வழங்குவாயாக, வலிவலத்தில் எழுந்தருளிய பெருமானே!

ஒல்லை ஆறுதலும், ஒன்றுதலும், கள்ளம் ஒழிதலும் உள்ளத்தின் செயல்; வெய்ய சொல் ஆறுதலும், தூய்மை செய்தலும் உரையின் செயல்; காம வினை அகற்றல் உடம்புக்குரியது. தூய்மை பெறும் முறையில் உள்ளத்தின் பங்கு பெரிது; அதற்கு அடுத்தது உரையின் பங்கு; அதற்கு அடுத்தது செயலின் பங்கு. ஆதலின் முறையே மூன்று,

இரண்டு, ஒன்று என்ற வினைகளாற் புலப்படுத்தினார். நல்லபடி நாமம் நவிலுவதற்கு முதலில் உள்ளம் தூயதானால், உரை தூயதாம்; பின்பு செயல் தூயதாம். இந்தக் காரண காரிய முறைப்படி வைத்துச் சொன்னார்.

சொல்லை: ஐ சாரியை. சொல்லினின்றும் ஆறி என்று உருபு மயக்கமாகக் கொள்ளுதலும் பொருந்தும். சொல்லை ஆற்றுவித்து என்றும் சொல்லலாம். சினம் வருவது இயல்பு; அதனை ஆற்றுதலே அறிவின் பயன். "ஆறுதல் சினம்" என்று ஔவையாரும், "உள்ளங் கவர்ந்தெழுந் தோங்கு சினங்காத்துக், கொள்ளுங் குணமே குணம்என்க" என்று சிவப்பிரகாசமும் கூறியவை காண்க.

காமம் - ஆசை. ஆசை பற்றிச் செய்யும் செயலைக் காமவினை என்றார்.

வேகத்தோடு ஒருமைப்பாடின்றிக் கள்ளம் கொண்டு உள்ளம் நிற்கவும், வெய்ய சொல்லோடு தூய்மை நீங்கி நாக்கு இருக்கவும், காம வினையை உடம்பு செய்யவும் இறைவன் நாமத்தை நவிலுதல் நல்லது அல்லாத ஆறு. மனம் வேகம் அடங்கிக் கள்ளம் ஒழிந்து இறைவனையே சிந்திக்கவும், வாக்குத் தண்ணிய தூய சொல்லைச் சொல்லவும், உடம்பு ஆசையின்றிப் பணி புரியவும் நிற்கும் நிலையே நல்ல ஆறு.

நவிலுதல் - பலகால் சொல்லுதல். ஏத்துதல் - துதித்தல்; புகழ்தல். ஏத்த என்று சொன்னமையால் அவனுடைய பலவகைப் புகழையும் கூறித் துதிக்க என்று சொன்னவாறாயிற்று.

வல்ல ஆறு -வல்ல முறையை; வல்ல வழியை; ஏகாரம், அசை நிலை. நல்குதல் - அருள் செய்தல். வலிவலம், திருவாரூருக்கு அருகில் உள்ளது. மேயவன் - விரும்பி எழுந்தருளியிருப்பவன்.]

இவ்வாறு ஞானசம்பந்தப் பிள்ளையார் சொன்னது தம்மை நினைந்தன்று. நம் போலியருக்கு, இறைவனை அணுகி

இன்னபடி வேண்டிக்கொள்ள வேண்டும் என்று தெரியாமையால் நம்முடைய சார்பிலே நின்று, நமக்காகப் பாடிய பாடல் இது என்றே கொள்ள வேண்டும். நல்லவாறே எம்பெருமானுடைய நாமத்தை நவின்று ஏத்தும் திறம் கைவந்தவர் சம்பந்தர். ஆதலின் அவர் இனிப் புதியதாக வேண்டுகோள் விடுக்க வேண்டுவதில்லை. ஆயினும் அவன் அருளைப் பெறாது தடுமாறித் தவிக்கும் மற்ற மக்களுக்குப் பயன்படும் பொருட்டு இத்தகைய விண்ணப்பங்களைச் சம்பந்தரைப் போன்ற அருட்செல்வர்கள் திருவாய் மலர்ந்தருளி யிருக்கிறார்கள்.

வண்டுவிடு தூது

அழகிய பொய்கை; நீர் நிரம்பி நிற்கும் பூம்பொய்கை; மெல்லிய தென்றற் காற்று வீச, அதனாலே சிறிய அலைகள் அசையும் பொய்கை. அந்தப் பொய்கையில் தாமரை மலர்கள் மலர்ந்திருக்கின்றன. வளவிய அலைகளையுடைய புனலிலே நன்றாக வளர்ந்த கொடியில் பூத்த கமலத்தில் தேன் நிரம்பியிருக்கிறது. அதனை மாந்திக் களிக்கின்றன வண்டுகள். ஆணும் பெண்ணுமாகிய வண்டுகள் தேனை உண்டு மகிழ் கின்றன. அவற்றின் இன்ப வாழ்வின் சிறப்புத்தான் என்னே! மெத்தென்ற மலரணையிலே நறுமணம் வீசும் சூழலிலே பெடை வண்டோடு ஆண் வண்டு தங்குகிறது. மெல்லிய அலைகள் வீசும்போது மலரும் அசைகிறது. ஆடும் ஊஞ்சலிலே அணை போட்டுப் படுத்தால் எத்தனை இன்பமாக இருக்கும்!

இப்படி இன்பம் நுகரும் வண்டுகள் அந்தக் களிப்பினால் முரல்கின்றன; இன்னிசை பாடுகின்றன. அந்த இனிய ஒலி அலை அலையாக வந்து நுட்பமான செவிப்புலனை யுடையார் காதில் விழுகிறது.

பூம்பொய்கையின் கரையில் ஞானசம்பந்த நாயகியார் வந்திருக்கிறார். ஆம்; ஞானசம்பந்தப் பெருமானே இப்போது பெண்ணாகி விட்டார். அந்த நாயகியின் காதில் வண்டு பாடும் இசையலை விழுகிறது. "வண்டின் பாடு கொண்டாட்டந்தான்" என்ற நினைவோடு தம்முடைய திண்டாட்டமும் நினைவுக்கு வருகிறது. பெடை வண்டோடு சேர்ந்து ஆண் வண்டு நுகரும் இன்பத்தை நினைத்தார். "இத்தகைய இன்பத்தை நாம் பெறவில்லையே! நம்மை ஆட்கொள்ள வேண்டிய காதலன் நம்மைப் பிரிந்திருக்கிறானே!" என்ற விரகம் மேலெழுந்தது.

இனியும் பிரிவைத் தாங்கிக் கொண்டிருக்க முடியாத நிலை வந்துவிட்டது. எப்படியாவது தம் விரக நிலையைத் தம் தலைவனாகிய தோணிபுரேசனுக்குத் தெரிவிக்க வேண்டுமென்ற எண்ணம் உண்டாயிற்று.

யாரிடம் சொல்லி அனுப்புவது? எந்த வண்டின் இன்னிசை ஒலி இந்த எண்ணத்தை எழுப்பியதோ, அந்த வண்டையே தூதாக அனுப்பலாமே என்று தோன்றியது. "ஆம்; அது சரியான வழி" என்று உறுதிப்படுத்திக் கொண்டார். வண்டைப் பார்த்துப் பேச ஆரம்பித்தார்.

பிரிவுத் துன்பத்தால் அலமரும் காதலிமார் இப்படிக் கண்ட பொருளையெல்லாம் பார்த்துப் பேசுவது இயற்கை. மனத்திலே பொங்கி வரும் துயரத்தை ஆற்றிக் கொள்ள இது ஒரு வழி. காமம் மிக்க கழிபடர் கிளவி என்று இத்தகைய பேச்சைச் சொல்வார்கள். வண்டைப் பார்த்து ஞானசம்பந்த நாயகியார் பேசுகிறார்.

"ஏ வண்டு ராஜாவே!" என்று அழைத்தார். அது இப்போது ராஜ போகத்தில் அல்லவா இருக்கிறது? வண்டு, மதுகரம், அரி, பிரமரம் என்று வண்டுக்கு எத்தனையோ பேர் உண்டு. அவற்றையெல்லாம் சொல்லாமல், "அளியரசே!" என்று விளித்தார். அளி என்பதற்கு வண்டென்றும் அன்பென்றும் பொருள் உண்டு. "நீ வண்டு ராஜாதான். உன்னுடைய நாயகியோடு இன்புறுகிறாயே! இத்தகைய இன்பத்தை மற்றவர்களும் பெறும்படி வைக்க வேண்டாமா? பசித்துச் சாப்பிட்டவன் மற்றவர் பசியை உணர்ந்து உணவு வழங்குவது போல, ஒன்றுபட்ட வாழ்வு வாழும் உனக்குத்தானே அந்த அருமை தெரியும்? நீ தானே எனக்கும் அந்த வாழ்வை வழங்க வேண்டும்? அன்புக்கு அரசன் என்று சொல்லும்படியாக அல்லவா உன் பெயர் இருக்கிறது? வண்டு ராஜாவாக இருப்பதனால் மாத்திரம் அன்றி அன்பினாலும் அரசனாக இருப்பாயானால் அளியரசு என்னும் பெயருக்கு இரட்டிப்புப் பொருத்தம் அமையுமே! இவற்றையெல்லாம்

நினைத்துப்பார்' என்று பலபல எண்ணங்களையும் எண்ணி அதன் பயனாகச் சுருக்கமாய், "அளியரசே!" என்று விளித்தார்.

வண்தரங்கப் புனற்கமல மதுமாந்திப் பெடையினொடும் ஒண்தரங்க இசைபாடும் அளியரசே!

மேலே வண்டரசினிடம் தமக்கு இன்னது செய்ய வேண்டுமென்று பணிவுடன் சொல்கிறார் ஞானசம்பந்த நாயகியார்.

"நீ அதிக முயற்சி செய்ய வேண்டாம். உடலுக்குச் சிரமத்தைக் கொடுக்கும் பெரிய காரியங்களைச் செய்ய வேண்டாம். ஒரு வார்த்தை சொன்னால் போதும்."

"ஒரு வார்த்தையா?"

"ஆம்; ஒரு வார்த்தையை ஒரு முறை சொன்னால் போதும்."

"எப்படிச் சொல்ல வேண்டும்?"

"பரிவுடன் சொல்ல வேண்டும். என் நிலைக்கு இரங்கி, என் காரியம் நிறைவேற வேண்டும் என்ற பரிவோடு ஒருகால் பகர்ந்தால் போதும்."

"உன் நிலை என்ன?"

"என் நாயகன் என்னைப் பிரிந்து நிற்கிறான். அவனுடைய பிரிவுத் துன்பத்தால் நான் அடைந்துள்ள வாட்டம் சிறிதன்று. இந்த நிலைமையை நான் எடுத்துச் சொல்ல வேண்டுவதில்லை. நீயே பார். பார்த்துவிட்டு, என்பால் பரிந்து என் நிலைமையை ஒருகால் பகர்."

"யாருக்குப் பகரவேண்டும்?"

"என் காதலருக்குத்தான்."

"அவர் யார்? எங்கே இருக்கிறார்?"

"அவர் இருக்குமிடத்தைக் கஷ்டப்பட்டுத் தேடவேண்டும் என்பதில்லை. குன்றின் மேலிட்ட பெருவிளக்கை அடையாளம் வைத்துக் கொண்டே சென்றால் குன்றின் அடிவாரத்தை அடையலாம். அதுபோல என் காதலர் உள்ள இடத்தை அடைய வேண்டுமானால் அப்படி ஓர் அடையாளம் உண்டு. அவர் திருமுடிமேல் பிறையை, சந்திர துண்டத்தை வைத்திருக்கிறார். அதுவே அடையாளமாக அதன் ஒளியைப் பற்றிக் கொண்டு நடந்தால் அவர் இருக்குமிடத்தை அடையலாம்; அவர் எழுந்தருளியிருக்கும் தோணிபுரத்தைச் சேரலாம்."

"பலர் இருக்குமிடத்தில் அவரை எப்படி அடையாளம் கண்டுபிடிப்பேன்? நெடுந்தூரத்தில் முடியிலுள்ள நிலாத் தெரியும். அருகில் சென்று அடி அடைந்தால் அது தெரியாதே! அங்கே போனால் தெரிந்துகொள்ள அடையாளம் உண்டா?"

"ஆகா! தூரத்திலிருந்து வழி கண்டு செல்ல மதித்துண்டம் உதவுகிறது. அருகிலே சென்றாலும் என் காதலரை எளிதிலே அடையாளம் கண்டு கொள்ளலாம். எல்லோரும் இன்ப மலர் மாலையை அணிந்திருப்பார்கள். அவரோ என்பு மலி மாலையை அணிந்திருப்பார். அதனால் அவரைத் தெளிவாகத் தெரிந்து கொள்ளலாம். அங்கத்தை (எலும்பை)ப் பூணாக மார்பில் அணிந்திருக்கும் பெருமான் அவர். அவர் திருத்தோணிபுரத்தில் உறைகிறார். அவர் அப்படி இருக்கிறாரே என்று எண்ணாதே. அவர் அற்புதமாக நடனம் ஆடுகிறவர். பாட்டுப் பாடுகிறவன் நீ. உனக்கு ஆட்டம் ஆடுகிறவரைக் கண்டால் மகிழ்ச்சி உண்டாகும். அவர் பாண்டரங்கம் என்னும் நடனத்தைத் திரிபுர சங்கார காலத்தில் ஆடினவர். அவரிடம் என் நிலைமையை ஒருமுறை சொன்னாலே போதும். குறிப்பறிந்து ஆண்டருளுகிற பெருமான் அவர். பலமுறை சொல்லித் தெரிய வேண்டும் என்பது இல்லை. என் தீவினைப் பயனால் எனக்கு அருள் செய்யாமல் இருக்கிறார்; என்னை மறந்து நிற்கிறார். ஒருமுறை நினைப்பூட்டினால் போதும்; உடனே வந்து அருள் செய்வார். அதிக வேலையை உனக்கு நான் வைக்கவில்லை."

இவ்வாறு ஞானசம்பந்த நாயகியார் வேண்டுகிறார்.

வண்தரங்கப் புனற்கமல மதுமாந்திப் பெடையினொடும் ஒண்தரங்க இசைபாடும் அளியரசே! ஒளிமதியத் துண்டர், அங்கப் பூண்மார்பர், திருத்தோணிபுரத்துறையும் பண்டரங்கர்க் கென்நிலைமை பரிந்தொருகாற் பகராயே.

[வளப்பமான அலைகளையுடைய (பொய்கை) நீரில் பூத்த தாமரை மலரிலே உள்ள தேனை உண்டு பெண் வண்டோடு விளக்கமான அலை போல வருகின்ற இசையைப் பாடும் வண்டரசே! ஒளியையுடைய சந்திரன் துண்டாகிய பிறையை அணிந்தவரும், எலும்பை அணிந்த மார்பை உடையவரும், திருத்தோணிபுரமாகிய சீகாழியில் எழுந்தருளியிருக்கும் பண்டரங்கரும் ஆகிய என் காதலருக்கு (பிரிவினால் வருந்தும்) என்னுடைய நிலைமையை என்னிடம் இரக்கம் காட்டி ஒருமுறை சொல்வாயாக.

இது வண்டுவிடு தூது.

வண் தரங்கத்தையுடைய புனல்; தாங்கம் - அலை. புனலிலே பூத்த கமலம். பெடையினொடும் மாந்தி இசை பாடும். மதியத் துண்டர் - சந்திரனுடைய துண்டத்தை அணிந்தவர். "நிலாத் திங்கள் துண்டம்" என்று பிறையைக் கூறுவதுண்டு. அங்கம் - எலும்பு.

பண்டரங்கன் : பாண்டரங்கன் என்பதன் விகாரம். பாண்டரங்கம் என்பது, சிவபிரான் முப்புரத்தை எரித்து எங்கும் நீறு பரவிய இடமே அரங்கமாக ஆடிய கூத்து.

"மண்டமர் பலகடந்து மதுகையால் நீறணிந்து பண்டரங்கம் ஆடுங்கால்"

என்பது கலித்தொகை (கடவுள் வணக்கம்)

இறைவனைக் காதலனாகவும் தம்மைக் காதலியாகவும் வைத்துத் திருஞானசம்பந்தர் பாடிய பல பாடல்களுள் இது ஒன்று.

குணமும் கோலமும்

"அணுவுக்கு அணுவானவன், மகத்துக்கு மகத்தானவன்" என்று வேதம் இறைவனைப் பாராட்டுகிறது. நுட்பத்திலும் நுட்பமான பொருளாகிப் பெரியவற்றிலும் பெரியதாகி இருக்கும் அவனை,

நுண்ணியான் மிகப்பெரியான்

என்று புகழத் தொடங்குகிறார் சம்பந்தர்.

கடவுளை எல்லோரும் நினைக்கிறார்கள் என்று சொல்லமுடியாது. அன்பர்கள் மாத்திரம் நினைக்கிறார்கள்; புகழ்கிறார்கள். ஆனால் மனிதர்கள் கடவுளைப்பற்றிப் பேசுவதுண்டு. துன்பம் வந்தால் கடவுள் நாமத்தை உச்சரிப்பார்கள். கண்ணன் குந்திதேவியிடம், "உனக்கு என்ன வரம் வேண்டும்?" என்று கேட்டானாம். "தினந்தோறும் எனக்கு ஏதாவது துன்பம் வரவேண்டும்" என்று அவள் வேண்டிக் கொண்டாள். "ஏன் அப்படிக் கேட்கிறாய்?" என்றான் கண்ணன். "அப்போதுதான் உன்னை நினைக்கத் தோன்றும்" என்று அவள் சொன்னாளாம்.

இன்பத்தை நுகரும்போது மக்கள் இறைவனை எண்ணுவ தில்லை. துன்பம் வந்தால், "கடவுளே! கடவுளே!" என்று கதறுவார்கள். ஆகையால் சம்பந்தர்,

நோயுளார் வாயுளான்

என்கிறார்.

ஆரம்பத்தில் ஒன்றுக்கொன்று மாறான, நுண்மையையும் பெருமையையும் சேர்த்துச் சொன்னார். மேலும் அப்படி உள்ள இரட்டைகளாகத் தொடுத்துச் சொல்கிறார். 'அவன் அன்பர்களுக்குக் குளிர்ச்சியாக இருக்கிறான்; அல்லாதாருக்குக் கொடியவனாக இருக்கிறவன். தண்ணீரிலே குளிர்ச்சியாக இருக்கிறவன்; சூரியனிடத்தில் வெப்பமாய் இருக்கிறவன்' என்ற எண்ணத்தால்,

தண்ணியான் வெம்மையான்

என்று பாடுகிறார்.

எல்லோருக்கும் மேலே நிற்கிறவன் அவன்; எல்லோருக்கும் உள்ளே இருப்பவன் அவன். எல்லோரையும் தாளின் கீழே அடக்கி எல்லோர் தலையையும் தாழ்த்தி மேலே நிற்கிறவன்; எல்லோரிடத்திலும் அடங்கி மனத்துக்குள்ளே இருக்கிறவன். அன்பர்கள் தலையாலே வணங்கும்படி இருப்பவன்; அவர்கள் உள்ளத்தாலே தியானிக்கும்படி மனத்தில் இருப்பவன். இப்படியெல்லாம் தெளிந்து கொள்ளும்படி,

நம் தலைமேலான் மனத்துளான்

என்கிறார்.

எதற்கும் அசையாதவன். எதனாலும் தளர்ச்சி இல்லாதவன். பகைவரால் தளராத திண்மையை உடையவன். காலத்தால் நெகிழாத உரம் உடையவன். வலிய பொருள்களுக் கெல்லாம் வலிய பொருளானவன். யாவும் அழிந்த காலத்தும் தான் அழியாத திண்மையை உடையவன். இவ்வளவையும் உள்ளடக்கி,

திண்ணியான்

என்கிறார்.

இப்படியெல்லாம் இருக்கும் சிவபிரான் திருச் செங்காட்டங்குடியிலுள்ள கணபதீச்சரம் என்ற திருக்கோயிலில் எழுந்தருளியிருக்கிறான்.

செங்காட்டங் குடியான்........
கணபதீச் சரந்தானே.

அவன் தன்மையைச் சொல்லிவிட்டார். கொஞ்சம் அடையாளம் சொல்ல வேண்டாமா? அவன் தலை சடைத்தலை. செக்கச் சிவந்த சடையுடையவன் அவன். அதில் கண்ணியைப் போலச் சந்திரனைச் சூடியிருக்கிறான். அது அவனுக்கே உரிய அடையாளம். "அவன் அணிந்த கண்ணி உடம்போடு ஒட்டாததுதானே? உடம்போடு ஒட்டிய அடையாளம் ஏதாவது உண்டா?" என்றால், வேறு யாருக்கும் இல்லாத தனி அடையாளம் உண்டு. அவன் நெற்றியிலே கண் படைத்தவன்; கண்ணையுடைய நுதலைக் கொண்டவன்; கண்ணுதலான்.

இவ்வாறு குணத்தையும், குடியிருக்கும் இடத்தையும், கொண்ட கோலத்தையும் ஞானசம்பந்தர் பாடுகிறார்.

நுண்ணியான் மிகப்பெரியான்
நோயுளார் வாயுளான்
தண்ணியான் வெய்யான்நம்
தலைமேலான் மனத்துள்ளான்
திண்ணியான் செங்காட்டங்
குடியான்செஞ் சடைமதியக்
கண்ணியான் கண்ணுதலான்
கணபதீச் சரத்தானே.

[நுட்பமானவன்; மிகப் பெரியவன்; துன்பம் உடையவர்கள் வாயில் இருப்பவன்; குளிர்ச்சியுடையவன்; வெப்பமுடையவன்; நம்முடைய தலையின்மேல் இருப்பவன்; மனத்தில் இருப்பவன்;" திண்மையை உடையவன்; திருச்செங்காட்டங்குடியில் இருப்பவன்; சிவந்த

சடையில் மதியாகிய கண்ணியைப் பூண்டவன்; கண்ணை யுடைய நெற்றியை உடையவன்; கணபதீச்சரத்தில் உள்ளவன்.

கணபதீச்சரத்தான் என்பதை எழுவாயாக்கி நுண்ணியான் முதலியவற்றைப் பயனிலையாக்கி வாக்கியத்தை முடிக்கலாம். நுண்ணியானும் பெரியானும் ஆக இருப்பவன் கணபதீச்சரத்தில் உள்ளான் என்று முடிப்பதும் பொருந்தும். அப்போது கணபதீச்சரத்தான் என்பதைக் குறிப்புவினை முற்றாகக் கொள்ளவேண்டும்.

திருச்செங்காட்டங்குடி என்பது ஊரின் பெயர்; கணபதீச்சரம் என்பது ஆலயத்தின் பெயர். இப்படியே ஊரின் பேர் வேறாகவும், ஆலயத்தின் `பெயர் வேறாகவும் சில இடங்களில் இருக்கும். உதாரணம்: கருவூர் என்பது ஊரின் பெயர்; ஆநிலை என்பது திருக்கோயிற் பெயர்.]

இறுதித் துணை

"எப்படி இருக்கிறது அவருக்கு?"

"நேற்றுக்கூட நாம் கூப்பிட்டால் ஏன் என்று கேட்டார். இன்றைக்கு என்ன சொன்னாலும் கேட்கவில்லை. காது அடைத்து விட்டது."

"கண் தெரிகிறதா?"

"அதுதான் நாலு நாளுக்கு முன்பே போய்விட்டதே. கண்ணைத் திறந்து பார்க்கிறதே இல்லை."

"கைகால் சுவாதீனம் எப்படி இருக்கிறது?"

"போட்டது போட்டபடியே கிடக்கிறார். எறும்பு மொய்த்தாலும் தெரியவில்லை; ஈ மொய்த்தாலும் தெரியவில்லை."

இவ்வாறு நடக்கும் பேச்சை எத்தனையோ முறை நாம் கேட்டிருக்கிறோம். உடம்பிலே உயிர் இருந்து வாழு மட்டும் மெய், வாய், கண், மூக்கு, செவி என்ற ஐந்து பொறிகளும் வேலை செய்கின்றன. உயிர் உடம்பை விட்டுப் போவதற்கு முன்பே இவை ஒவ்வொன்றாக அடைத்து விடுகின்றன. பொறியினால் நுகரும் நுகர்ச்சிகளைப் புலன் என்று சொல்வார்கள். கண்ணாகிய பொறியினால் நுகரப்படும் புலன் உருவம். காதால் உணரப் பெறுவது ஒலி. சுவை, ஒளி, ஊறு, ஓசை, நாற்றம் என்ற ஐந்துமே ஐம்புலன்களாகும்; இவற்றைப் பஞ்ச தன்மாத்திரைகள் என்று சொல்வர் வடமொழியாளர். ஐம்பொறிகளும் ஐம்புலன்களைத் தெளிவாக உணரும் உணர்ச்சி, உடம்பு நன்னிலையில் இருக்கு மட்டும் நன்றாக இருக்கும். உடம்பை விட்டு உயிர் புறப்படுவதற்கு முன்பு இந்தப் பொறிகளின் நுகர்ச்சி தெளிவாக இல்லாமல்

கலங்கிவிடும்; புலன் ஐந்தையும் தெளிவாக உணராமல் ஐம்பொறிகளும் கலங்கும்.

'நாம் இன்ன நிலையில் இருக்கிறோம்; இன்ன வழியே போகப் போகிறோம்' என்ற நினைவும் இராது. உடம்பிலே பலகாலம் இருந்த உயிர் இனி இவ்வுடலை விட்டு யாத்திரை செய்யப் போகிறது. ஓர் ஊருக்குப் போக முயல்பவர் தாங்கள் எந்த வழியிலே செல்ல வேண்டுமோ அதைத் தெளிவாகத் தெரிந்து கொண்டிருப்பார்கள். ஆனால் உயிருக்குத் தான் இனிச் செல்லும் நெறி எது, எத்தகையது என்ற தெளிவு உண்டாவது இல்லை. பொறிகள் கலங்கியதோடு, செல்லும் நெறி இன்னதென்று தெரியாத மயக்கமும் இறக்கும் தருணத்தில் உயிருக்கு உண்டாகிறது. அறிவும் தடுமாறி அழிகிறது.

உடம்பிலே வாதம், பித்தம், கபம் என்ற மூன்றும் உள்ளன. அவை அளவாக இருந்தால் உடல்நிலை இனிதாக இருக்கும். அளவு மாறினால் நோய் உண்டாகும். இறக்கும் போது கபம் மேலே வந்து தொண்டையை அடைக்கும். மரணத்தின் குறிகளில் ஐ(கபம்) மேல் உந்தி வருவதும் ஒன்று.

பொறி கலங்கி நெறி மயங்கிக் கபம் கட்டின பிறகு இந்த உலகத்தில் உள்ள யாராலும் அந்த உயிரைக் காப்பாற்ற இயலாது. உடம்புக்கும் உயிருக்கும் உறவு அறும் சமயம் அது என்பது உறுதி.

இத்தகைய சமயத்தில் உயிரைக் காப்பாற்றுபவன் ஒருவன்தான். நல்ல நெறியில் உயிரைச் சேர்த்தி இறப்பும் பிறப்பும் இல்லாத இன்ப வீட்டை அருளும் பெருமான் அவன். அவன்தான் இறுதியான துணை.

உயிர் இறக்கும் தறுவாயில் நின்று கலங்கிச் சுழன்று வருந்தும்போது, "அஞ்சாதே!" என்று சொல்லி அருள் பாலிக்கும் சிவபெருமான் திருவையாறு என்னும் தலத்தில் எழுந்தருளியிருக்கிறான்.

புலன்ஐந்தும் பொறிகலங்கி நெறிமயங்கி
அறிவழிந்திட்டு ஐம்மேல் உந்தி
அலமந்த போதாக அஞ்சேல்என்று
அருள்செய்வான் அமரும் கோயில்.

[ஐந்து வகைப் பொருளிடத்தும் செல்லாமல் பொறிகள் கலங்கி நிற்க, செல்லும் நெறி இன்னதென்ற தெளிவின்றி மயங்கி அறிவானது அழிந்து போக, கபம் மேலே தள்ளி வந்து தொண்டையை அடைக்க, உயிரானது சுழலும் சமயம் உண்டாக அப்போது, 'நீ பயப்படாதே' என்று அருள் செய்யும் சிவபெருமான் எழுந்தருளியிருக்கும் திருக்கோயில் - திருவையாறு என்று சொல்ல வருகிறார்.

பொறி புலன் ஐந்தும் கலங்கி, மயங்கி, அழிந்திட்டு, உந்தி என்பவற்றைக் கலங்க, மயங்க, அழிந்திட, உந்த என்று செயலென் எச்சங்களாகக் கொள்ளவேண்டும். ஐ - கபம். மேல் என்றது தொண்டையைச் சுட்டியது. அலமருதல் சுழலுதல். போது ஆக - சமயம் வரும்போது; மரண சமயத்தில் என்பது கருத்து. அலமருதல் உயிரின் செயல். உயிரென்பது பாட்டில் சொல்லாவிட்டாலும், குறிப்பாற் புலப்பட்டது.]

பலகாலம் ஒன்றுபட்டு வாழ்ந்த பொறிகளும் அறிவும் இறுதிக் காலத்தில் உயிருக்குப் பயன்படாமற் போவதனால், அவற்றின் சார்பை உறுதியாகக் கொள்ளாமல், உயிருக்கு என்றும் பற்றுக் கோடாக இருக்கும் இறைவனைப் பற்றினால், பொறியும் அறிவும் உடலும் கைவிடும்போது அவன் வந்து அருள் செய்வான் என்று சம்பந்தர் உபதேசிக்கிறார்.

'இத்தகைய பேருபகாரத்தைச் செய்யும் பெருமான் எங்கோ கண்காணாத, உள்ளம் எட்டாத இடத்தில் இருக்கிறான் என்று எண்ண வேண்டாம். சோழ நாட்டுத் திருவையாற்றில் திருக்கோயில் கொண்டிருக்கிறான்' என்று சொல்ல வருகிறார்.

நீர் வளமும் நில வளமும் மிக்க ஊர் திருவையாறு. திருக்கோயிலைச் சுற்றிலும் மடவார்கள் வலம் வருகிறார்கள். வலம் வந்த பிறகு இறைவன் சந்நிதியில் நடனமிடுகிறார்கள்.

அப்போது சிலர் மிருதங்கம் வாசிக்கிறார்கள். பெண்கள் ஆடையணி மின்ன நடமிடுவதைக் கண்டும் முழவின் ஒலியைக் கேட்டும் அங்கே இருந்த குரங்குகள் மழை வருமோ என்று அஞ்சுகின்றன. வானத்தில் மழைக்குரிய அறிகுறிகள் இருக் கின்றனவா என்பதை அறியும் பொருட்டு விறுவிறுவென்று மரத்தின்மேல் ஏறி வானத்தை அண்ணாந்து பார்க்கின்றன; மேகத்தைப் பார்க்கின்றன.

மழை வரும் என்று அஞ்சுவதற்குக் காரணம் என்ன? மடவார்கள் உருவத்தாலும் நடனத்தாலும் மயிலைப் போலத் தோற்றுகின்றனர். முழவின் ஒலி மேகத்தின் ஒலியைப் போல இருக்கிறது. மேகம் மழை பெய்யத் தொடங்கும் போது இடி இடிக்கும்; அதைக் கண்டு மயிலாடும் அல்லவா? மடவார் இடும் நடமும் முழவு அதிரும் ஒலியும் மயிலின் நடனமாகவும் மேகத்தின் முழக்கமாகவும் தோற்றி, மழை வருமோ என்ற அச்சத்தை உண்டாக்கின. அதனால் மந்திகள் மரம் ஏறி முகிலைப் பார்த்தன.

வலம்வந்த மடவார்கள் நடமாட
முழவதிர மழையென்று அஞ்சிச்
சிலமந்தி அலமந்து மரம்ஏறி
முகில்பார்க்கும் திருவை யாறே.

[திருக்கோயிலை வலம் வந்த தளிப்பெண்டுகள் நடனமிட, முழவு முழங்க, மழை என்று அஞ்சி, சில மந்திகள் மனம் கலங்கி மரத்தின்மேல் ஏறி மேகத்தைப் பார்க்கும் திருவையாறு.

அமரும் கோயில் திருவையாறு என்று கூட்டவேண்டும்.

மடவார்கள் என்றது கோயிலில் நடமிடும் உருத்திர கணிகையரைக் குறித்தது. முழவு என்றது மிருதங்கத்தை. மந்தி - பெண் குரங்கு. குட்டியுடன் இருப்பதனால் பாதுகாப்புத் தேடவேண்டியிருக்கும்; ஆதலின் அஞ்சின.]

தமக்கு மரணம் வந்துவிடும் என்பதை முன்பே அறிந்து இறைவனை வழிபட்டவர்களுக்கு, உயிர் உடலை நீங்கும் காலத்தில் வந்து அவன் அருள் செய்வான். அப்போதைக்கு இப்போதே பாதுகாப்பைத் தேடிக் கொள்ள வேண்டும். இறைவன் எழுந்தருளியிருக்கும் திருவையாற்றில் உள்ள விலங்குகள் கூடப் பின்னால் தமக்குத் துன்பம் வருமே என்று அஞ்சிப் பாதுகாப்பைத் தேட முயல்கின்றன. மனத்துக்குக் குரங்கை உவமை கூறுவது வழக்கம். அந்த மனத்தால் இறைவனுடைய திருவடியை நினைந்து, முன்னாலே பாதுகாப்புச் செய்துகொள்ளும் இயல்பு, திருவையாற்றுத் தலத்தில் உள்ளாருக்கு உண்டு என்பதை அங்குள்ள மந்தியின் செயல் காட்டுகிறது.

ஒரு நிலையின்றித் திரியும் குரங்கு உண்மையில் மழை வராதபோதும் மழை வருமோ என்று அஞ்சிப் பாதுகாப்பைத் தேடிக் கொள்ளுகிறது. ஆறறிவு படைத்த மனிதன் எந்தக் கணத்திலும் இறக்கும் நிலையில் இருக்கிறான்; யமன் வாயில் நிற்பதுபோல நிற்கிறான். அவன் பின்னாலே பொறி கலங்கி நெறி மயங்கி அறிவு அழியும்போது அருள் செய்ய வரும் ஒருவனுடைய அருளாகிய பாதுகாப்பைத் தேடிக்கொள்ள வேண்டியது அவசியம் அல்லவா? இந்தக் குறிப்பெல்லாம் தோன்றும்படி இந்த இரண்டு காட்சியையும் இணைத்து ஆளுடைய பிள்ளையார் இந்தப் பாசுரத்தைப் பாடியிருக்கிறார்.

புலன்ஐந்தும் பொறிகலங்கி நெறிமயங்கி
அறிவு அழிந்திட்டு ஐம்மேல் உந்தி
அலமந்த போதாக, அஞ்சேல்என்று
அருள்செய்வான் அமரும் கோயில்:
வலம்வந்த மடவார்கள் நடம்ஆட
முழவுஅதிர மழைஎன்று அஞ்சிச்
சிலமந்தி அலமந்து மரம்ஏறி
முகில்பார்க்கும் திருஐ யாறே.

புராணர் கோயில்

இறைவன் இல்லாத இடம் ஒன்று இல்லையென்றாலும் சில இடங்களில் அவன் இருப்பது தெளிவாகத் தெரியும். பூமிக்கு அடியில் நீர் இருக்கிறது; என்றாலும் சில இடங்களிலிருந்து நீர் ஊற்றுக்கள் பொத்துக்கொண்டு வருகின்றன. இறைவனுடைய திருவருள் விளக்கம் மிகுதியாகத் தோன்றும் இடம் இரண்டை அருகருகே வைத்தச் சொல்கிறார் ஞானசம்பந்தர். இறைவன் இருக்கும் இடம் எதுவானாலும் அது கோயில்தானே? இங்கே இரண்டு வகைக் கோயில்களைச் சொல்கிறார். ஒன்று அகக்கோயில்; மற்றொன்று புறக்கோயில்.

முதலில் அகக் கோயிலைப் பார்க்கலாம். அது ஒரு தாமரைக் கோயில்; தாமரையைப் போன்ற மலர்ச்சியும் மணமும் அழகும் உடைய கோயில். உள்ளமாகிய புண்டரிகக் கோயில் அது. திருவள்ளுவரும் அதைச் சொல்லியிருக்கிறார். 'தன்னை நினைந்து அன்பு செய்கிறவர்களுடைய உள்ளமாகிய தாமரையில் எழுந்தருளியிருப்பவன்' என்ற கருத்தோடு,

"மலர்மிசை ஏகினான்"

என்று கடவுளைச் சொல்கிறார். அந்தக் கோயிலைப் பற்றிச் சற்று விரிவாக ஞானசம்பந்தர் சொல்கிறார். உள்ளக்கோயில் தான் கருப்பக்கிருகம். அதனோடு மண்டபங்களும் கோபுரமும் திருச் சுற்றாலையும் இருக்கின்றன. அவை அனைத்தும் சேர்ந்தது ஆலயம். அன்பர்களுடைய உடம்பே ஆலயம். அதற்குள் இருக்கும் தாமரை போன்ற உள்ளமாகிய கருப்பக் கிருகத்தி னுள்ளே இறைவன் எழுந்தருளியிருக்கிறான்.

மனங் கசிந்து உறவாடும் தன்மையுடையோர் அவர்கள்; இறைவனிடம் ஒரு கணமும் மாறாமல் உள்ளத்தை அர்ப்பணம் செய்து வாழ்கிறவர்கள்.

அகன் அமர்ந்த அன்பினர்.

யாவரும் அந்த அன்புடையவராக இருக்கலாம். ஆனால் அவர்களுடைய இயற்கை, அன்பை வளர வொட்டாது. இறைவனிடம் அன்பு வைக்க இயலாதபடி மனத்தை அலைக் கழிக்கும் பகைவர்கள் இருக்கிறார்கள். அந்தப் பகை உட்பகை; வெளியிலிருந்து வருவன அல்ல. ஆறு வகையான பகை அவை: காமம், குரோதம், லோபம், மோகம், மதம், மாச்சரியம் என்ற ஆறையும் அரிஷட்வர்க்கம் என்பர் வடமொழியாளர். இந்த ஆறும் மக்களுடைய உள்ளத்தை ஆட்கொண்டு பேய்க் காடாக ஆக்கிவிடுகின்றன. இறைவன் எழுந்தருளும் கோயிலாக இருக்கவேண்டிய உள்ளம் இந்த ஆறு பொல்லாத பகைக்கு இருப்பிடமாகி விடுகிறது. அன்பர்களிடத்திலும் முதலில் இந்த ஆறு பகைவரும் தலை நீட்டினர். ஆனால் அவர்களுடைய முயற்சி அன்பர்களிடம் பலிக்கவில்லை. ஆறு பகைகளையும் அன்பர்கள் இறைவன் திருவருளைக் கொண்டு அழித்து விட்டார்கள்.

அறுபகை செற்று.

இந்த ஆறு பகைவரும் வளர்வதற்குத் துணையாக உடம்பிலே ஐந்துபேர் இருக்கிறார்கள். நன்மை விளைகிற காரியங்களில் நமக்குத் துணையாக இருப்பது போய் நம் பகைவர்களாகிய ஆறுபேர்களுக்கு உதவியாக இருந்து நமக்குத் துன்பம் உண்டாக்குகிறார்கள் அவர்கள்.

ஆறுபகையைச் செறவேண்டுமானால் அந்த ஐவருடைய கொழுப்பையும் அடக்க வேண்டும். அந்த ஐந்து பேர் யார்? மெய், வாய், கண், மூக்கு, செவி என்ற ஐம்பொறிகள். அவை நம்முடைய உள்ளமாகிய கோயிலில் இறைவனை நிறுவ முயற்சி செய்யும்போது, அதற்கு உறுதுணையாக இருக்கலாம். அப்படிச் செய்யாமல் காமம் முதலிய பகைவர்கள் கைப்பற்றி

வாழ் வதற்கு ஏற்ற வகையிலே அவை வேலை செய்கின்றன. அன்பர்கள் அந்த ஐம்பொறிகளின் கொட்டத்தையும் அடக்கி விட்டார்கள்.

ஐம்புலனும் அடக்கி.

உள்ளத்திலே தோன்றிய அன்பு விரிந்து நிற்க, ஆறு தீய பண்புகளாகிய பகையையும் ஐம்பொறிகளாகிய பகையையும் அடக்கிய அன்பர்களுடைய உள்ளத்திலே ஒளி தவழ்கிறது. சுற்றியுள்ள மரங்களையும் புதர்களையும் வெட்டிவிட்டால் வீட்டுக்குள்ளே பளிச்சென்று ஒளிபுகும் அல்லவா? அதுபோல ஆறு குணம், ஐம்பொறிகள் ஆகியவற்றை அடக்கிவிட்ட பிறகு. உள்ளத்தில் ஞானமாகிய ஒளி புகுகின்றது.

ஞானம் புகலுடையோர்.

அத்தகைய அன்பர்களுடைய உள்ளம் இறைவன் எழுந்தருளியிருக்கும் கோயில் ஆகிவிடுகிறது. அதனுள்ளே அவன் வந்து அமர்கிறான்.

புறத்தே கட்டிய கோயில்களுக்குச் சரித்திரத்தோடு ஒட்டிய காலம் உண்டு. அங்கே ஒரு குறிப்பிட்ட திருநாமத்தோடு எழுந்தருளியிருக்கும் மூர்த்திக்கும் இன்ன காலத்தில் பிரதிஷ்டையானவன் என்று வரலாறு உண்டு. ஆனால் உள்ளக் கோயிலில் எழுந்தருளியிருக்கும் இறைவனுக்கு இன்ன காலத்தில் பிரதிஷ்டை நடந்தது என்று சொல்ல இயலாது. உலகில் உள்ள எல்லாப் பொருளுக்கும் தோற்றம், மறைவு உண்டு. அப்படியே உள்ளமும் ஏதோ ஒரு காலத்தில், மிகமிகப் பழங்காலத்தில், தோன்றியது என்று வைத்துக் கொண்டால், அந்தப் பழங்காலத்தில் இறைவன் இருதயாலயேசுவரனானான் என்று சொல்லலாம்.

இப்போது புறத்திலிருக்கும் கோயில்களில் பல நூற்றாண்டுகளுக்கு முன் எழுந்த பழங் கோயில்களும் உண்டு; அணிமையில் 'தோன்றியனவும் உண்டு. குடைவரைக் கோயில்கள் பல்லவர் காலத்தில் உண்டான பழங் கோயில்கள்

என்று ஆராய்ச்சியாளர் கூறுவர். அவற்றைவிடப் பழமையான கோயில் உள்ளக் கோயில். ஆகவே அதில் எழுந்தருளி யிருக்கும் அகக் கோயிலுடையான் மிகப் பழமையானவன். புராணம் என்பது பழமைக்கு ஒரு பெயர். மிகப் பழமையானவனாகிய உள்ளக் கோயிலுடையான் புராணம்; பழம் பெரும் கடவுள்.

உள்ளப் புண்டரிகத் துள்ளிருக்கும் புராணர்.

அகக் கோயிலாகிய இருதய கமலத்தில் எழுந்தருளி யிருக்கும் அந்தப் பெருமானே புறத்தில் பல தலங்களில் கோயில் கொண்டிருக்கிறான். அவற்றில் திருவீழிமிழலை என்பது ஒன்று. அதன் நீர் வளத்தையும் நில வளத்தையும் ஓர் அழகிய காட்சியைக் கூறிப் புலப்படுத்துகிறார் ஞானசம்பந்தர்.

நல்ல நீர் நிரம்பிய பொய்கை; அதன் ஒரு பக்கத்தில் பளிங்குப் பாறை; அதன்மேலே பல சங்குகள் தொகுதியாகத் தவழ்ந்து வந்திருக்கின்றன. காற்று அடித்தால் அவை முழங்குகின்றன. அங்கே ஓர் ஓரத்தில் தாமரைக் கொடியில் செக்கச் செவேலென்று மலர்ந்த மலரைப் பார்த்தால் தீயைப்போலத் தோற்றம் அளிக்கிறது. அதனை அடுத்துக் கரையிலே ஒரு புன்கமரம் நன்றாகப் பூத்துக் குலுங்குகிறது. அப்பூவைப் பார்த்தால் பொரி போல இருக்கும். அந்தப் பூக்கள் தாமரைப் பூவில் உதிர்கின்றன. பொரியைத் தீயில் இடுவது எப்போது? திருமணத்தில் பொரியட்டுவார்கள். அது மட்டுமா? சங்குகள் வேறு முழங்குகின்றன. வலம்புரிச் சங்கு முழங்க மணம் புரிவது வழக்கம் அல்லவா? திருமணத்தில் நிகழும் காரியங்களை இங்கே பார்க்கிறோம். பூம்பொய்கையில் உள்ள உயிர்க் கூட்டங்களில் ஆணும் பெண்ணும் மணம் செய்து கொள்கின்றன. அந்த மணத்தில் வலம்புரி முழங்குவது போலச் சங்கின். வர்க்கம் திகழ்கிறது. மணவேள்வித் தீயில் பொரியிடுவதுபோலத் தாமரை மலரில் புன்கமலர் உதிர்கிறது. என்ன அழகு, என்ன அழகு!

தகவுடைநீர் மணித்தலத்துச் சங்குளவர்க்
கம்திகழச் சலசத் தீயுள்
மிகவுடைய புன்குமலர்ப் பொரியட்ட
மணம்செய்யும் மிழலை யாமே.

திருவீழிமிழலையில் இறைவன் திருமணக் காட்சியை அன்பர்களுக்குக் காட்டியருளினான். இன்றும் கருப்பக் கிருகத்தில் மணவாளக் கோலத்தோடு எழுந்தருளியிருக்கும் எழிலைக் காணலாம். இறைவன் மணக்கோலம் கொண்டுள்ள தலமாதலால், பொய்கையிலும் ஒரு மணம் நிகழ்வதாகக் கற்பனை செய்து காட்டுகிறார் தமிழ் விரகர்.

அகன்அமர்ந்த அன்பினராய் அறுபகைசெற்று
ஐம்புலனும் அடக்கி ஞானம்
புகலுடையோர் தம்உள்ளப் புண்டரிகத்
துள்இருக்கும் புராணர் கோயில்:
தகவுடையநீர் மணித்தலத்துச் சங்குளவர்க்
கம்திகழச் சலசத் தீயுள்
மிகவுடைய புன்குமலர்ப் பொரியட்ட
மணம்செய்யும் மிழலை யாமே.

[உள்ளத்தே பொருந்திய அன்பை உடையவராய், காமம், குரோதம், லோபம், மோகம், மதம், மாச்சரியம் என்னும் ஆறு பகையையும் அழித்து, ஐந்து பொறிகளையும் அடக்கி, ஞானம் உள்ளே புகுதலை யுடையவர்களுடைய உள்ளமாகிய தாமரையினுள் எழுந்தருளியிருக்கும் பழைய பெருமானுடைய திருக்கோயில், தூய்மை முதலிய தகுதியை உடைய நீரையுடைய பளிங்குப் பாறையில் உள்ள சங்குக் கூட்டம் முழங்கியபடி விளங்க, தாமரையாகிய தீயில் புன்கமரம் தன் மலராகிய பொரியை இட, அங்குள்ள மீன் முதலிய உயிர்கள் மணம் புரியும் திருவீழிமிழலையாம்.

அகன் - உள்ளம்; அகம் என்பதன் போலி. செற்று - அழியச் செய்து. புலன் என்பது பொறியால் நுகரப் பெறும் தன்மாத்திரைக்குரிய பெயரேனும் இங்கே ஆகு பெயராய்ப்

பொறியைக் குறித்து நின்றது. புண்டரிகம் - தாமரை, புராணர் பழையவர்; "தொல்லோன் காண்க" (திருவாசகம்). தகவு தகுதி: நீருக்கு உள்ள தகுதி. மணி - பளிங்கு; மணித்தலம் - பளிங்காகிய இடம்; பளிங்குப் பாறை. உள சங்கு வர்க்கம் என்று கூட்டிப் பொருள் கொள்ளவேண்டும். வர்க்கம் - கூட்டம். திகழ - விளங்க. சங்குக்கு விளக்கம் அதன் முழக்கம். சலசம் - நீரில் தோன்றியது; தாமரை. புன்கு - புன்கமரம்; எழுவாய். அட்ட - இட. மணம் செய்வார் இன்னார் என்று கூறாவிடினும் இடம் நோக்கிப் பொய்கையிலுள்ள பிராணிகள் என்று கொள்ளவேண்டும்.]

முற்றும்.

★★★

9 788199 934948